ഗ്രീൻ ബുക്സ്

നൂറ് പ്രണയഗീതകങ്ങൾ

പാബ്ലോ നെരൂദ

1904 ജുലൈ 12-ന് ചിലിയിലെ പാരാലിൽ (Parral) ജനനം. യഥാർത്ഥ പേര് നെഫ്താലി റിക്കാർഡോ റെയസ് ബസോൽറ്റോ. അച്ഛൻ; ഡോൺ ജോസ് ഡെൽ കാർമൻ റെയസ് മൊറാൽസ്. അമ്മ: റോസ്സാ ബസ്സോആൾട്ടോ ഡി റെനിന് നെരൂദ എന്ന തൂലികാനാമത്തിൽ പത്ത് വയസ്സു മുതൽതന്നെ കവിതയെഴുതിത്തുടങ്ങി. 1920 ഒക്ടോബറിൽ പാബ്ലോ നെരൂദയെന്ന തൂലികാനാമം സ്വീകരിച്ചു. 1927-ൽ അന്നത്തെ ബർമ, കൊളംബോ, സിംഗപ്പൂർ എന്നീ രാജ്യങ്ങളിലെ ചിലി സ്ഥാനപതിയായി പ്രവർത്തിച്ചിട്ടുണ്ട്. ചിലിയിലെ രാഷ്ട്രീയത്തിൽ സജീവമായി, സെനറ്റിലേക്ക് തിരഞ്ഞെടുക്കപ്പെട്ടു. ചിലിയൻ കമ്മ്യൂണിസ്റ്റ് പാർട്ടിയിൽ അംഗമായിരുന്നു. ഓക്സ്ഫോർഡ് സർവകലാശാലയുടെ ഓണററി ഡിലിറ്റ് ബിരുദം. 1973ൽ ഹൃദയാഘാതം മൂലം മരിച്ചു.
പുരസ്കാരങ്ങൾ: 1971-ൽ നോബൽസമ്മാനം, അന്താരാഷ്ട്ര സമാധാനസമ്മാനം, ലെനിൻ സമാധാന സമ്മാനം.

ഇ.കെ. ശിവരാജൻ: എറണാകുളം ജില്ലയിൽ കുന്നത്തുനാട് താലൂക്കിൽ പട്ടിമറ്റം വില്ലേജിൽ ജനിച്ചു. മുപ്പത്തിരണ്ട് വർഷത്തെ ഔദ്യോഗികവൃത്തിക്കു ശേഷം മൂവാറ്റുപുഴ ഗവ. മോഡൽ ഹയർസെക്കന്ററി സ്കൂൾ പ്രിൻസിപ്പലായി വിരമിച്ചു.
സ്വന്തം കവിതാസമാഹാരങ്ങൾക്കു പുറമെ നിരവധി കൃതികൾ മലയാളത്തിലേക്ക് വിവർത്തനം ചെയ്തിട്ടുമുണ്ട്.

ഗ്രീൻ ബുക്സ് പ്രസിദ്ധീകരിച്ച
പാബ്ലോ നെരൂദയുടെ ഇതര കൃതി

ഇരുപതു പ്രണയകവിതകളും
ഒരു വിഷാദഗീതവും
(കവിത)

കവിത

നൂറ് പ്രണയഗീതകങ്ങൾ

പാബ്ലോ നെരൂദ

വിവർത്തനം

ഇ.കെ. ശിവരാജൻ

ഗ്രീൻബുക്സ്

green books private limited
gb building, civil lane road, ayyanthole,
thrissur- 680 003, kerala, ph: +91 487-2381066, 2381039
website: www.greenbooksindia.com
e-mail: info@greenbooksindia.com

branches:
thrissur 8589095302
thiruvananthapuram 8589095301
calicut 8589095307

original french title
Cien sonetos de amor
poem
by
pablo neruda

original english title
100 love sonnets

malayalam
nooru pranayageethakangal

translated by
e.k. sivarajan

first published april 2024

cover design : s. mahendra

printed in india
repro india ltd

isbn : 978-81-19486-87-8

GBPL/1353/2024

മുഖക്കുറി

നെരൂദ തന്റെ ഇരുപതുകളിൽ എഴുതിയ 'ഇരുപതു പ്രണയ കവിതകളും ഒരു വിഷാദഗീതവും' എന്ന കൃതിയാണ് ഗ്രീൻ ബുക്സ് 2019ൽ പുറത്തിറക്കിയ ആദ്യ നെരൂദ കൃതി. ജീവിതം, പ്രണയം, കാമം, ഏകാന്തത, പിണക്കം എല്ലാം പച്ചയ്ക്ക് പ്രത്യക്ഷപ്പെടുന്ന ഈ കവിതകൾ തുടക്കം മുതൽ തന്നെ കൗമാരക്കാരുടെ ഹരമായി മാറിയിരുന്നു.

നെരൂദയുടെ 'നൂറു പ്രണയ ഗീതകങ്ങൾ' എന്ന ഈ കൃതി അദ്ദേഹത്തിന്റെ അമ്പതുകളിലാണ് പ്രസിദ്ധീകരിക്കപ്പെട്ടിട്ടുള്ളത്. പ്രണയത്തിന്റെ മുന്തിരിച്ചാറ്, ഈ കവിതകളിലേക്കെത്തുമ്പോൾ കൂടുതൽ മാധുര്യമേറിയതായും പ്രണയ സങ്കല്പങ്ങളുടെ മാസ്മരികതീവ്രത കൂടിയിട്ടുള്ളതായും കാണാം. എല്ലാ പ്രണയികളുടെയും ഹൃദയവാതായനങ്ങൾ തുറക്കുന്ന കാവ്യവായനയുടെ അമൂർത്തങ്ങളായ സൗന്ദര്യ ശില്പങ്ങളാണ് ഇതിലുള്ളത്. കാലാതീതമായ പ്രണയപ്പെയ്ത്തുകൾ നിറഞ്ഞ വരികളാണവ. ഹൃദയംകൊണ്ടും ആത്മാവു കൊണ്ടും ഒന്നാകുന്ന പ്രണയത്തിന്റെ മാസ്മരിക ലോകത്തെ അത് അനാവരണം ചെയ്യുന്നു.

ഇ.കെ. ശിവരാജന്റെ നെരൂദാക്കവിതകളോടുള്ള അദമ്യമായ അനുരാഗമാണ് ഈ വിവർത്തന കൃതിയിലൂടെ അദ്ദേഹം ആവിഷ്കരിക്കുന്നത്. മൂലകൃതിയിലെ ഭാവവും അനുഭവങ്ങളും ഒട്ടും ചോർന്നുപോകാതെ അവതരിപ്പിക്കുന്നതിൽ അദ്ദേഹം വിജയിച്ചിട്ടുണ്ട്.

നെരൂദ വിടപറഞ്ഞിട്ട് അമ്പത് വർഷം തികയുന്ന ഈ വർഷത്തിൽ പ്രണയവും ദാർശനികതയും ഒരുമിപ്പിക്കുന്ന നൂറു പ്രണയഗീതകങ്ങളുടെ ഈ സമാഹാരം മലയാളി വയനക്കാർക്കായി അവതരിപ്പിക്കുവാൻ കഴിഞ്ഞതിൽ ഗ്രീൻ ബുക്സിന് അതിയായ ചാരിതാർത്ഥ്യമുണ്ട്.

ഇ.കെ. നരേന്ദ്രൻ
മാനേജിംഗ് എഡിറ്റർ

ഉള്ളടക്കം

പാബ്ലോ നെരൂദ പ്രിയപത്നി മെറ്റിൽഡ ഉറൂഷ്യയ്ക്ക് എഴുതിയ കത്ത്

എന്റെ പ്രിയപ്പെട്ട ഭാര്യയ്ക്ക്,

ഗീതകങ്ങൾ എന്ന് തെറ്റായി വിളിക്കപ്പെടുന്ന
ഈ കവിതകളുടെ രചനാവേളയിൽ
ഞാനൊരുപാട് വേദനകൾ സഹിച്ചു;
അവയെന്നെ വല്ലാതെ വ്രണപ്പെടുത്തി;
എന്നാൽ, പ്രിയമുള്ളവളേ,
ഇവ നിനക്കായ് സമർപ്പിക്കുമ്പോൾ
എനിക്കുളവാകുന്ന ആഹ്ലാദം
ഒരു സാവന്ന പോലെ വിസ്തൃതമാണ്.

ഈ ജോലി ഞാൻ ഏറ്റെടുത്തു ചെയ്യാനാരംഭിച്ചപ്പോൾ,
ഗീതകങ്ങളുടെ നേരായ വശങ്ങൾ
ഏതെല്ലാമെന്ന് എനിക്ക് നന്നായി അറിയാമായിരുന്നു.
എല്ലാക്കാലത്തെയും കവികൾ വിവേചനാപൂർവ്വം
ലക്ഷണമൊത്ത, ആസ്വാദ്യകരമായ ഗീതകങ്ങൾ രചിച്ചിട്ടുണ്ട്.
അവർ ചമച്ച ഗീതകങ്ങൾ
രജതശുഭ്രമായും സ്ഫടികസുന്ദരമായും
ചിലപ്പോൾ പീരങ്കിവെടികളായും തോന്നിയിട്ടുണ്ട്.

എന്നാൽ ഏറ്റവും വിനീതനായി ഞാൻ പറയുന്നു
ഞാനീ ഗീതകങ്ങൾ കാടകഭംഗികൾകൊണ്ടാണ്
നിർമ്മിച്ചിട്ടുള്ളത്. പരിശുദ്ധവും അതാര്യവുമായ
കളനിസ്വനമാണ് ഞാനവയ്ക്ക് നൽകിയിട്ടുള്ളത്.
അമ്മട്ടിലാണ് അവ നിന്റെ ചെവിയിൽ എത്തിപ്പെടേണ്ടത്.

തിരമാലകളുടെ പോക്കുവരവും
കാലാവസ്ഥകളുടെ വ്യതിയാനങ്ങളും അനുസരിച്ച്
നമ്മളിരുവരും കാടകങ്ങളിലും കടലോരങ്ങളിലും
അലഞ്ഞുതിരിഞ്ഞു. ഒളിത്തടാകങ്ങളിലും
ചാരം വിതറുന്ന വിശാലതകളിലും നടന്നുഴന്നു.
ശുദ്ധമായ മരത്തൊലികളും മരക്കഷണങ്ങളും
പെറുക്കിയെടുത്തു. ആ തിരുശേഷിപ്പുകളുടെ
അട്ടികൾകൊണ്ട് നമ്മൾ ഹാറ്റ്ചറ്റ്, മാച്ചറ്റ്,
പോക്കറ്റ് നൈഫ് തുടങ്ങിയവയൊക്കെ നിർമ്മിച്ചു.
സ്നേഹത്തിന്റെ ആ ചപ്പുചവറുകൾകൊണ്ടും
പതിനാല് പാദങ്ങൾകൊണ്ടും ചെറുവീടുകളുണ്ടാക്കി.
ഞാൻ ആരാധിക്കുകയും വർണ്ണിച്ച് പാടുകയും ചെയ്യുന്ന
നിന്റെ കണ്ണുകൾ അവയ്ക്കുള്ളിൽ അധിവസിക്കട്ടെ!
അങ്ങനെ ഞാനെന്റെ പ്രണയത്തിന്റെ
അടിത്തറ പ്രഖ്യാപിച്ചുകഴിഞ്ഞു.

പ്രിയമുള്ളവളേ,
ഈ നൂറ്റാണ്ട്
നിനക്കായി ഞാൻ സമർപ്പിക്കുന്നു.
നീ ജീവൻ നൽകിയതുകൊണ്ടുമാത്രമാണ്
എന്റെ ഈ കാനനഗീതകങ്ങൾ ഉയർന്നുനിൽക്കുന്നത്.

ഒക്ടോബർ - 1959

പാബ്ലോ നെരൂദ

വിവർത്തകന്റെ കുറിപ്പ്

ഇ.കെ. ശിവരാജൻ

പാബ്ലോ നെരൂദയുടെ നൂറ് പ്രണയഗീതകങ്ങൾ (One Hundred Love Sonnets) യാദൃച്ഛികമായാണ് എന്റെ ശ്രദ്ധയിൽപെട്ടത്. ആദ്യവായനയിൽത്തന്നെ അതിന്റെ ആഴവും സൗന്ദര്യവും സംഗീതവും എന്നെ ഒരുപാടാകർഷിച്ചു. ആവർത്തിച്ചുള്ള വായനകൾക്കിടയിലെപ്പോഴോ മലയാളത്തിലേക്കിവയെ മൊഴിമാറ്റം ചെയ്താലോ എന്ന ആലോചന എന്നിൽ മുളപൊട്ടി.

ഈ ജോലി ഞാൻ ഏറ്റെടുത്ത് ചെയ്യാനാരംഭിച്ചപ്പോഴാണ് ഇതിന്റെ ബുദ്ധിമുട്ടുകളെക്കുറിച്ച് ബോധവാനാകുന്നത്. മഹാകവി ജനിച്ചുവളർന്ന ലാറ്റിനമേരിക്കൻ രാജ്യമായ ചിലിയുടെ ഭൂമിശാസ്ത്രപരമായ പ്രത്യേകതകൾ, ചരിത്രപരവും സാമൂഹികവുമായ പശ്ചാത്തലങ്ങൾ, പൊതുജീവിതത്തിൽ അക്കാലത്തുണ്ടായിരുന്ന രാഷ്ട്രീയ ഇടപെടലുകൾ, കവിയുടെ ജീവിതവും ജീവിതവീക്ഷണവും ഇവയെല്ലാം ഈ പ്രണയഗീതകങ്ങളിൽ അങ്ങിങ്ങായി ഒളിഞ്ഞും തെളിഞ്ഞും പരാമർശിക്കപ്പെടുന്നതുകൊണ്ട്, തത്സംബന്ധിയായി കൂടുതൽ അറിവും വ്യക്തതയും ആവശ്യമായി വന്നു. ഇവയെക്കുറിച്ചെല്ലാം വായിച്ചും പഠിച്ചും അന്വേഷിച്ചറിഞ്ഞും ഞാനീ ഉദ്യമം ഒരു മട്ടിൽ സഫലീകരിക്കുകയാണ് ചെയ്തത്.

സ്പാനിഷ് ഭാഷയിലാണ് നെരൂദ തന്റെ പ്രണയഗീതകങ്ങൾ രചിച്ചിട്ടുള്ളത്. പ്രസിദ്ധ അമേരിക്കൻ കവിയും ടെക്സാസ് യൂണിവേഴ്സിറ്റി പ്രൊഫസറുമായ സ്റ്റീഫൻ തപ്സ്ക്കോട്ട് (Stephen Tapscott) ആണ് ഗീതകങ്ങൾക്ക് ആംഗലേയപരിഭാഷ നൽകിയിട്ടുള്ളത്. ഈ തർജ്ജമയാണ് എന്റെ മലയാളമൊഴിമാറ്റത്തിനാധാരം.

മെറ്റിൽഡ ഉറൂഷ്യ എന്ന തന്റെ പ്രിയതമയോടുള്ള മഹാകവിയുടെ അഗാധവും അതിരറ്റതുമായ അനുരാഗത്തിന്റെ ചൂടും ചൂരും ഈ ഗീതകങ്ങളിൽ ചാരുതയോടെ തുടിച്ചുനിൽക്കുന്നുണ്ട്. അവയെ അപ്പാടെ പകർത്തുവാൻ, പലവിധ പരിമിതികൾമൂലം എനിക്ക് കഴിഞ്ഞിട്ടില്ല എന്ന കുറ്റസമ്മതം വിനയപൂർവ്വം രേഖപ്പെടുത്തുന്നു. എങ്കിലും വിപ്ലവകാരിയായിരുന്ന ആ കാമുകന്റെ ഹൃദയത്തുടിപ്പുകളോട് നീതി പുലർത്തുവാൻ ഞാൻ പരമാവധി പരിശ്രമിച്ചിട്ടുണ്ട്.

ഈ പ്രണയഗീതകങ്ങൾ മലയാളത്തിലേക്ക് മൊഴിമാറ്റം ചെയ്യുമ്പോൾ, അവ ആലാപനസാദ്ധ്യതകളുള്ള വിവിധ ഭാഷാവൃത്തങ്ങളുടെ ചട്ടക്കൂടിനകത്തായിരിക്കുവാൻ ഞാൻ പ്രത്യേകം നിഷ്കർഷിച്ചിട്ടുണ്ട്.

മലയാളികൾക്കെല്ലാം ഗുരുനാഥനായ സാനുമാസ്റ്റർ അദ്ദേഹത്തിന്റെ പ്രൗഢവും ഗംഭീരവുമായ വാക്കുകളാൽ ഈ വിവർത്തനത്തെയും അതുവഴി എന്നെയും അനുഗ്രഹിച്ചിട്ടുണ്ട്. എന്റെ നന്ദിയുടെയും കടപ്പാടിന്റെയും വാടാമലരുകൾ ആ തൃപ്പാദങ്ങളിൽ ആരാധനാപൂർവം സമർപ്പിക്കുന്നു. ഗുരോ, സ്വീകരിച്ചാലും. സമഗ്രവും അർഥഗർഭവുമായ ഒരാസ്വാദനക്കുറിപ്പുകൊണ്ട് ഈ വിവർത്തനത്തെ ശ്രീ. എസ്. രമേശൻ ഈടുറ്റതാക്കി. ആ മഹാമനസ്കതയെ ഞാൻ നമിക്കുന്നു. എന്റെ സുഹൃത്തും വഴികാട്ടിയുമായ സഖാവ് ഗോപി കോട്ടമുറിക്കൽ ഈ പ്രണയഗീതകങ്ങളുടെ വിവർത്തനത്തിനും പ്രസിദ്ധീകരണത്തിനും എനിക്ക് വലിയ പ്രോത്സാഹനവും പ്രചോദനവും നൽകി. ആ വലിയ മനസ്സിനു മുന്നിൽ ഞാൻ നമ്രശിരസ്കനാകുന്നു.

ഹിമാലയാരോഹണംപോലെ കഠിനമായിരുന്ന ഈ ജോലിയിൽ എന്നെ സഹായിച്ച, ഉപദേശിച്ച, ഉത്തേജിപ്പിച്ച വി. അരവിന്ദൻ, ജിനീഷ്‌ലാൽ രാജ്, ജയകുമാർ ചെങ്ങമനാട് എന്നീ അനിയന്മാരോട് ഞാൻ കടപ്പെട്ടിരിക്കുന്നു.

പാബ്ലോ നെരൂദയെ അറിയാവുന്ന മലയാളസഹൃദയ സമൂഹം അദ്ദേഹത്തിന്റെ ഈ പ്രണയഗീതകങ്ങളുടെ മൊഴിമാറ്റം ഹൃദയപൂർവ്വം സ്വീകരിക്കുമെന്ന് പ്രതീക്ഷിക്കുന്നു.

■

പ്രണയം നമ്മോട് പറയുന്നത്

എം.കെ. സാനു

താരുണ്യാരംഭത്തിൽ, തന്റെ ഇരുപതാം വയസ്സിൽ, ഇരുപത് പ്രണയകവിതകളും ഒരു നിരാശാഗാനവും (Twenty Love Poems and a Song of Despair) എന്ന കവിതാസമാഹാരത്തിലൂടെ ലോകമെമ്പാടുമുള്ള പ്രണയാർദ്രമനസ്സുകൾക്ക് മണിമഞ്ചലൊരുക്കിയ കവിയാണ് പാബ്ലോ നെരൂദ. കാലദേശങ്ങളെ അതിലംഘിച്ച് വിരാജിക്കുന്ന വിശ്വമഹാകവി. ഭൂത, വർത്തമാന, ഭാവികളെ കനകസൂത്രത്തിൽ കോർത്ത് ലോകസാഹിത്യത്തിന് ഹാരം ചാർത്തിയ അസാധാരണ പ്രതിഭാശാലി. ചിലിയിൽ ജനിച്ച് അധികവും സ്പാനിഷിലെഴുതി ദേശാന്തരഭാഷകളിലേക്ക് പടർന്നുകയറി അത്ഭുതപ്പെടുത്തിയ താരതമ്യമില്ലാത്ത മനുഷ്യസ്നേഹി. കവിതയ്ക്കുണർവ്വേകുന്ന ഏതൊരു മൂല്യത്തിന്റെയും പേരാണ് പാബ്ലോ നെരൂദ. അദ്ദേഹത്തിന്റെ ഏറ്റവും പ്രമുഖമായ നൂറ് പ്രണയഗീതകങ്ങൾ (One Hundred Love Sonnets) എന്ന ഗീതകസമാഹാരമാണ് ശ്രീ. ശിവരാജന്റെ പരിഭാഷയ്ക്ക് ആധാരമായിട്ടുള്ളത്.

ഈ കൃതിയുടെ പ്രകാശനസമയത്ത് നെരൂദയ്ക്ക് 55 വയസ്സായിരുന്നു. ആദ്യസമാഹാരത്തിന് ശേഷം 35 വർഷത്തിനിടയിലുണ്ടായ ചുറ്റുപാടുകളുടെ അതിദ്രുതപരിവർത്തനങ്ങളും തദനുസാരിയായ മനംമാറ്റങ്ങളും നെരൂദയുടെ കാവ്യശൈലിയിൽ സാരമായ വ്യതിയാനങ്ങൾ വരുത്തിയിട്ടുണ്ടെന്ന് വായിച്ചറിയാം.

പ്രണയം പ്രധാന പ്രമേയമായി വരുന്ന നൂറ് പ്രണയഗീതകങ്ങൾ (One Hundred Love Sonnets) അമേരിക്കൻ കവിയും പ്രൊഫസറുമായ സ്റ്റീഫൻ ടാപ്സ്കോട്ട് (Stephen Tapscott) ആണ് സ്പാനിഷിൽനിന്ന് ഇംഗ്ലീഷിലേക്ക്

മൊഴിമാറ്റം നടത്തിയിട്ടുള്ളത്. ആ ഗീതകങ്ങളാണ് ശിവ രാജന്റെ ഗ്രന്ഥത്തിനവലംബം.

പതിനാല് പാദങ്ങളിൽ ഒരാശയത്തെ പൂർണമാക്കുന്ന കവിതകളാണല്ലോ സോണറ്റുകൾ. പെട്രാഷ്യൻ (Petrachian), ഷേക്സ്പീരിയൻ (Shakespearean) തുടങ്ങിയ പേരുകളിൽ, രചനാരീതികൾകൊണ്ട് സോണറ്റുകൾ തിരിക്കപ്പെട്ടിട്ടുണ്ട്. നെരൂദയും തന്റെ കവിതകൾക്ക് സോണറ്റുകളുടെ രൂപം സ്വീകരിച്ചിരിക്കുന്നു. പൂർവാഹ്നം, അപരാഹ്നം, സായാഹ്നം, നിശീഥം എന്നീ ഉപശീർഷകങ്ങൾക്ക് കീഴിലാണ് നെരൂദ തന്റെ കവിതകളെ തരംതിരിച്ച് ചേർത്തിട്ടുള്ളത്. ഇതിലെ പല കവിതകളും നിബന്ധിച്ചിരിക്കുന്നത് മുക്തഛന്ദസ്സുകളിലാണ്. എന്നാൽ ശിവരാജന്റെ പരിഭാഷയിൽ ഛന്ദോമുക്തതയില്ല.

മലയാളമനസ്സിന് മധുര്യമേകുന്ന നാടൻശീലുകളിലാണ് ശിവരാജൻ പരിഭാഷ നിർവഹിച്ചിരിക്കുന്നത്. അനായാസമായി രൂപപ്പെട്ടതെന്ന് തോന്നുമെങ്കിലും മൂലകൃതിയെ ആവുംവണ്ണം ഉൾക്കൊണ്ടുകൊണ്ട് തനി മലയാളശീലുകളിലാക്കാൻ പരിഭാഷകൻ ഏറെ ക്ലേശിച്ചിരിക്കുമെന്നുറപ്പാണ്. ക്ലേശം സഫലമായതിന്റെ സന്തോഷം അദ്ദേഹത്തിനുണ്ടാകട്ടെ.

നെരൂദക്കവിതകളുടെ വൈശിഷ്ട്യത്തിന് ഒരു കാരണം അവയിൽ നിറയുന്ന സഞ്ചാരത്വരയാണ്.

ഉജ്ജ്വലാംഗി നിൻ സംതൃപ്തമേനി
ഉമ്മവെച്ച് കടന്നു ഞാൻ പോയി
സാന്ദ്രമാകുമീ സൗരയൂഥത്തി-
ലെന്റെ ഭൂമിയും മാടപ്പിറാവും. (ഗീതകം 16)

നിനവും കിനാവും ഇരുപാർശ്വങ്ങളിലുമായി കുഴഞ്ഞു കിടക്കുന്ന വഴുക്കൻ വഴിയിലൂടെയാണ് അദ്ദേഹത്തിന്റെ മുന്നേറ്റം. അതുകൊണ്ട് ഇരുവശങ്ങളിലെയും വിശേഷങ്ങൾ അക്കവിതകളിലുണ്ട്.

അത്തവ്വിൽ നിന്റെ സ്വപ്നത്തിൽ
എത്തിടും രൂപമിങ്ങനെ
സസ്യാഹാരം, കടൽക്കള
ഔഷധിയിവയൊക്കെയും. (ഗീതകം 34)

എന്ന് കവി പാടിയലയുന്നു. ഇരുൾ മൂടിയ കാടകം വിട്ട് അപസ്വരപൂരിതമായ തുറമുഖത്തിൽ വ്യാപരിക്കുന്ന സാന്ധ്യ

പ്രകാശത്തിലേക്കും അവിടെനിന്ന് സാഗരദൂരത്തിലെ വിച്ഛിന്നമായ വർണനാടകത്തിലേക്കും നെരൂദക്കവിതകൾ പരിണമിച്ചുകൊണ്ടേയിരിക്കുന്നു. ശിവരാജന് ആ രചനാ തന്ത്രം നന്നേ വശപ്പെട്ടിട്ടുണ്ട്.

കൂട്ടിക്കലർത്തി
സുതാര്യവംശത്തിനെ
ഭൂവിൽ നിൻ കൈകൾ പരത്തി
പൂട്ടിമറിച്ചിട്ട
ഭൂവിടംപോലെയെ-
ന്നുള്ളവും സംപുഷ്ടമാക്കി. (ഗീതകം 30)

പരിസരങ്ങളിൽ ധാരാളമായി ദർശിക്കുന്ന ആവേശദായകമായ ഉപമാനങ്ങളെ അനന്യകൗശലത്തോടെ ഉപമേയത്തോടിണക്കിച്ചേർക്കാൻ നെരൂദയ്ക്ക് പാടവമേറും. പദതലത്തിൽ അനർത്ഥവിരുദ്ധമെങ്കിലും ഭാവതലത്തിൽ സാത്മ്യപ്പെടുന്ന രീതിയാണ് അദ്ദേഹത്തിന് ഹിതം. നൂറ് പ്രണയഗീതകങ്ങളെ ആവാഹിച്ച് പരിശോധിച്ചാൽ ഇത് വെളിപ്പെടും.

പ്രത്യാശയിൽനിന്ന് നിരാശയിലേക്കും മറിച്ചും മന്ദം മന്ദം നീങ്ങുന്ന കവി, പ്രതീക്ഷ കൈമോശം വരാത്തവനാണ്. മനുഷ്യനന്മയിലുള്ള വിശ്വാസം പ്രോജ്ജ്വലിക്കുന്ന അനേകം ഈരടികൾ ഈ സമാഹാരത്തിലുണ്ട്.

സൂര്യനതിൻ മുകുളങ്ങൾ
നിൻ മുഖത്തിനായി
കൊണ്ടുവന്നീടുന്നു വാനിൽ
എന്റെ മെറ്റിൽഡാ, ഞാൻ. (ഗീതകം 56)

നിന്റെ കണ്ണിമയുടെ
വെട്ടമില്ലാതെ രാവി-
ലെന്നിലെയെന്നെ സ്വയം
നഷ്ടമായ്ത്തീർന്നേ പോയി. (ഗീതകം 57)

അനുരാഗിയുടെ അവ്യക്തമെങ്കിലും വ്യാമുഗ്ദ്ധമായ ഹൃദയത്തുടിപ്പുകൾ കോറിയിടുന്ന പദങ്ങളും പാദങ്ങളും ആസ്വാദകമനസ്സുകളെ ഹരം കൊള്ളിക്കും. മൂർത്തങ്ങളായും അമൂർത്തങ്ങളായും ഉയിരെടുത്തുയരുന്ന ഉണർത്തുപാട്ടായി കവികല്പനകൾ വിഹരിക്കുന്നു.

ജന്മപ്രദേശത്തിന്റെ ചേതോഹരക്കാഴ്ചകളിൽ അഭിരമിച്ച് പാടുവാൻ നെരൂദയ്ക്ക് അഭിമാനമുണ്ട്. തമാലച്ഛവിയാർന്ന ഗിരികാനനങ്ങളും നനവാർന്ന തീരങ്ങളും അവിരാമം ദൂരത്തും തീരത്തും പറന്നുപാടുന്ന കടൽപ്പക്ഷികളും ആളിരമ്പമുള്ള ചെറുപുരങ്ങളും നാനാപുഷ്പലതാഢ്യമായ ഉപവനങ്ങളും പേരോടുകൂടിയും പേരില്ലാതെയും നെരൂദക്കവിതകളിൽ വിഹരിക്കുന്നു. തന്റെ പ്രിയതമയായ മെറ്റിൽഡയ്ക്കുള്ള സന്ദേശങ്ങളായും ഈ കവിതകൾ മാറുന്നു. ഉച്ഛൃംഖലമായ കവിമനസ്സിന്റെ പ്രയാണം.

നെരൂദക്കവിതകളുടെ ഉള്ളറിഞ്ഞ ശിവരാജന്റെ തർജ്ജമ ആകർഷകമാണ്. ഭാവവിച്ഛിത്തി വരാതെ കാന്തമായ പദപാദാവലികളാൽ നിബിഡമായ നൂറ് പ്രണയഗീതകങ്ങളെ താലോലിക്കാതിരിക്കാൻ ആസ്വാദകനാവുകയില്ല.

■

ഭാഗം ഒന്ന്

പൂർവ്വാഹനം

ഒന്ന്

മെറ്റിൽഡ: ഏതോ
ചെടിയുടെ നാമമോ
മത്തുപിടിപ്പിച്ചിടും
നറും മുന്തിരി-
ച്ചാറോ ശിലയോ
ധരണിയിലുത്ഭവി-
ച്ചറ്റു പോകും വേറെ
യെന്തുമാകട്ടെ, യാ-
വാക്കിൻ വളർച്ചയിൽ
സുപ്രഭാതങ്ങൾ വ-
ന്നാദ്യം വിടരുന്നു
പിന്നെയതിനുള്ള
വേനലിൽ പെട്ടെന്ന
പൊട്ടിത്തെറിക്കുന്നു
വെട്ടനാരങ്ങ-
ച്ചെറുതരിയൊക്കെയും.

പായ്മരക്കപ്പലിൻ
സഞ്ചാരമാ നറും-
പേരിന്റെ ചാനലിൽ-
ക്കൂടിയാണെപ്പൊഴും.
ആ മരക്കപ്പലോ
ചുറ്റപ്പെടുന്നുണ്ട്
നീലിച്ച തീയല-
മാലകളാൽ സ്വയം
വറ്റി വരണ്ടൊരെ-
ന്നന്തരാത്മാവിനെ-
ച്ചുറ്റിയൊഴുകി

വരുന്ന നദിയിലെ
വെള്ളമല്ലേ പ്രിയേ
നിന്റെ സൽപ്പേരിന്റെ
അക്ഷരക്കെട്ടുകൾ
ആകാരഭംഗികൾ.

ലോകത്തിനുള്ള
സുഗന്ധങ്ങളോമലേ,-
യാകെക്കുമിഞ്ഞു
കിടപ്പതെങ്ങാകിലും
അദ്ദിക്കിലേക്കു
നയിക്കും നിഗൂഢത
തങ്ങി നിന്നിടും
തുരങ്കകവാടങ്ങ-
ളെന്നപോൽ ചുറ്റി-
പ്പിണയുന്ന മുന്തിരി-
വള്ളിക്കിടയി-
ലൊളി വിതറി സ്വയം
നിന്റെ പേർ മിന്നി-
ത്തെളിയുകയാണയേ,
നിത്യതേജോമയ-
മായ നാമം പ്രിയേ.

നിൻ ചുടുചുണ്ടിനാ-
ലാക്രമിച്ചീടുക
നിന്റെ നേത്രങ്ങളാൽ
ചോദ്യങ്ങളെയ്യുക
നിന്റെ സൽപ്പേരിന്റെ
സിന്ധുവിലൂടെന്റെ
കപ്പലോടിക്കുവാൻ
സമ്മതിച്ചീടുക.
സമ്മോദപൂർവ്വകം
ഞാനിവിടെ പ്രിയേ,-
യൊന്നിളവേല്ക്കുവാൻ
സമ്മതിച്ചീടുക. ■

രണ്ട്

എന്തു ദുഷ്ക്കരമോമലേ, യൊരു
ചുംബനത്തിലേക്കെത്തുവാൻ
എന്തൊരേകാന്തയാത്ര, നിന്നിലേ-
ക്കെത്തി നിൻ കൂട്ടുകൂടുവാൻ
നമ്മളീ മഴയ്ക്കൊത്തലയുന്നു
കൺമണി, നീണ്ട പാതയിൽ
'ടാൾടാളി'[1] ലില്ല സുപ്രഭാതങ്ങൾ
ഇല്ലവിടെ വസന്തങ്ങൾ.

എങ്കിലും പ്രിയേ, നാമിരുവരു-
മൊത്തൊരുമിച്ചാണെപ്പൊഴും.
മേലേയുള്ളുടയാട തൊട്ടടി-
വേരിലുമൊരുമിച്ചു നാം
ഒത്തൊരുമിച്ചു നാം ശിശിരത്തിൽ
ഒത്തൊരുമിച്ചു നീറ്റിലും
നീ മാത്രം പ്രിയേ, ഞാൻ മാത്രം പിന്നെ
നമ്മൾ മാത്രമാണോമലേ.

ആ 'ബറോവാ'[2] ജലാശയത്തിന്റെ-
യത്തുരുത്തിലേക്കങ്ങനെ.
ആ ശിലകൾ സമസ്തമേന്തിയൊ-
രാപ്രവാഹപരിശ്രമം
എത്ര ശക്തമാ, ണെത്ര ഭദ്രമാ-
ണുത്തമേ, നീയറിയുക

കൂവിപ്പായുന്ന തീവണ്ടിയയൽ-
ദേശമെന്നിവ കാരണം
നമ്മളന്യോന്യം വേർപെടുന്നുവോ?
എന്തു ദുസ്സഹ, മോർക്കുക.

സർവ്വസംഭ്രാന്തിയോടെയോമലേ,
സർവ്വവും മറന്നങ്ങനെ
നമ്മൾ പ്രേമിക്കുകെന്നതേ വേണ്ടൂ
മന്നിലാണിനും പെണ്ണിനും
ഉല്ലസിക്കാൻ, രസിക്കുവാനു, മുൽ-
ഫുല്ലമാകുന്നു 'കാർനേഷൻ'.[3] ■

---

1. Taltal: തെക്കേ അമേരിക്കയിലെ ചിലിയിൽ ആന്റേഫാഗാസ്റ്റ പ്രോവിൻസിലുള്ള ചെറിയ ഒരു തുറമുഖനഗരം.
2. Boroa: ചിലിയിലെ ആരക്കോനിയയിൽ കൗഷൻ നദിക്കരയിലുള്ള ചെറിയ ഒരു പട്ടണം.
3. Carnation: സുഗന്ധിയായ വെള്ള, ചുവപ്പു നിറങ്ങളിലുള്ള, ലോകപ്രസിദ്ധമായ ഒരു അലങ്കാരപുഷ്പം.

മൂന്ന്

തിക്തപ്രണയമേ,
നീ നീലലോഹിത-
മുൾക്കിരീടം, മുന
കൂർത്ത തിങ്ങി
വിങ്ങും വികാരാതി-
തീവ്രത, യെൻ മനം
കുത്തിപ്പിളർക്കുവാ-
നുള്ള കുന്തം.
തീക്ഷ്ണാഭിലാഷ-
ദളപുട, മെമ്മട്ടി-
ലെന്നന്തരംഗം
നീ കീഴടക്കി?
ഏതു ദുരിത-[1]
സമ്പൂർണ്ണമാർഗ്ഗങ്ങളാ-
ണെന്നിലേക്കുള്ള
വഴി തെളിച്ചു?

എൻ ജീവിതത്തിൻ
കുളിരിലച്ചാർത്തിലേ-
ക്കെന്തിനെന്നില്ലാതെ-
യിപ്രകാരം
കോരിച്ചൊരിഞ്ഞീ
പരിമൃദുലാഗ്നിയെ

---

1. 'Via dolorosa': ദുരിതമാർഗ്ഗം - കുരിശുമേന്തി ജീസസ് യാത്ര ചെയ്ത ജറുസലേമിലെ തെരുവുകൾ ഇന്നറിയപ്പെടുന്നത് ഇങ്ങനെയാണ്.

ആരോമലാളേ,
നീയിത്ര വേഗം?
എമ്മട്ടിലാരു
പറഞ്ഞിട്ടറിഞ്ഞു നീ
എന്നിലേക്കുള്ള
വഴികളെല്ലാം.

ഏതു മലരി-
ന്നപൂർവ്വസുഗന്ധമോ
ഏതു ശിലാതല-
രേഖകളോ
എങ്ങെന്റെയാവാസ-
കേന്ദ്രമെന്നോതിയ-
തെന്നാലയത്തിൻ
പുകച്ചുരുളോ?

ആകയാൽ, ഭൂകമ്പ-
മുണ്ടായിതന്നത്തെ
രാവി, ലാ ഭീകര-
മായ രാവിൽ
പിന്നെ പുലർവെട്ട-
മോരോ ചഷകവും
ചെമ്മുന്തിരിച്ചാർ
നിറച്ചു വെച്ചു.
പിറ്റേന്നു, സ്വർഗ്ഗീയ-
സൂര്യനുദിച്ചെന്റെ
ചുറ്റും തിളങ്ങി
വിളങ്ങി നിന്നു.
അത്തവ്വിൽ നീയെൻ
മനസ്സിനെ നിർദ്ദയം
കുത്തിപ്പിളർക്കുക-
യായിരുന്നു.
എത്ര മുറിപ്പാ-
ടടിമുടി പ്രേമമേ,

എന്തിനാണിത്രമേൽ
നിർദ്ദയത്വം
മുള്ളു തറച്ചെൻ
മനസ്സിൽ നീ വാളിനാ-
ലുള്ളു രണ്ടായി
മുറിച്ചുവെച്ചു. ■

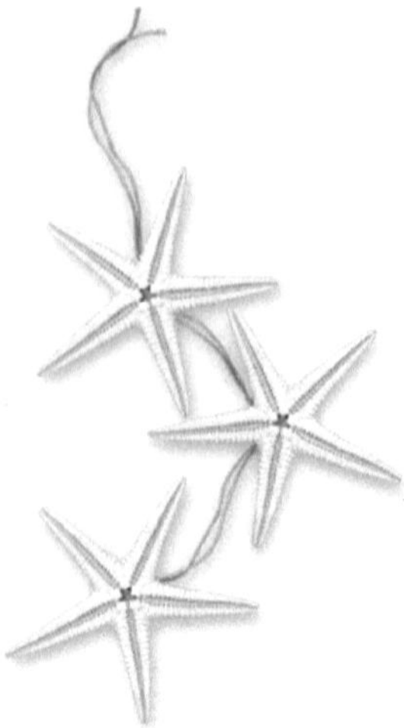

നാല്

മറക്കുമോ പ്രിയേ,
കുതിച്ചൊഴുകിപ്പോ-
മരുവി, ചുറ്റിലും
മധുരസൗരഭ്യം
ചൊരിഞ്ഞുലയുമാ-
പനീരലർച്ചെടി
ചിലപ്പോൾ വല്ലാതെ
ഭയന്നിരിക്കുമാ
ചെറുകിളി, യതിൻ
നനഞ്ഞ തൂവലു-
മലസഭാവവും
ശിശിരഭംഗിയും!

മറക്കുമോ പ്രിയേ,
കനിവാർന്നീ ഭൂമി
നമുക്കു നൽകിയ
വരദാനങ്ങളെ
ഒരിക്കലും മങ്ങി-
മറഞ്ഞു പോകാത്ത
സുഗന്ധവും കരൾ
കവരും കാഞ്ചന-
ത്തിളക്കമേറുന്ന
കളിപ്പശമണ്ണും
കള വളരുന്ന
നിബിഡഭംഗിയും

ഹരം പിടിപ്പിക്കു-
മടിവേരും ഖഡ്ഗ-
സമാനമാം മുള്ളു-
മതിന്റെ മായയും.

മറക്കുമോ പ്രിയേ,
ഒരിക്കൽ നീ പറി-
ച്ചെടുത്ത പൂങ്കുല-
യ്ക്കെഴുന്ന ഭംഗികൾ
അരികിൽ നീരവ-
ജലാശയങ്ങളും
കുളിർ പകരുന്ന
നിലാമഴകളും
വെളുവെളെ വെള്ള-
പ്പത പൊതിഞ്ഞൊരു
ശിലയെന്നപോലാ-
കുസുമമഞ്ജരി.

പ്രിയങ്കരമെന്നു
നിനയ്ക്കുമക്കാലം
പ്രിയേ, നമുക്കത്ര
പ്രിയം പകർന്നീല
നടക്കുക വേഗ-
മതുമൂലമൊന്നും
നമുക്കായിക്കാത്തു
കിടന്നിടാത്തതാ-
മിടത്തിലേ, ക്കെന്നാൽ
നമുക്കായിക്കാത്തു
കിടക്കയല്ലയോ
സകലവും പ്രിയേ? ■

അഞ്ച്

നിന്നുടെ രാത്രി, വിഭാതം, വായൂ-
മണ്ഡലമീവകയൊന്നും കൈവശ-
മാക്കിയതില്ല, നിന്നുടെ ഭൂമിക,
കുലകുലയായ പഴത്തിന്നുണ്മകൾ
ജലമധുരങ്ങൾ കുടിച്ചു തടിച്ചോ-
രാപ്പിൾ, വെൺകളിമണ്ണും പശയും
തിങ്ങിനിറഞ്ഞതിസുന്ദരസുരഭില-
മാകിയ തനതാം രാജ്യം കൈവശമാക്കി.

നിൻ കൺമുനകൾ തുടങ്ങിയ 'ക്വിൻചാ-
മാലി'[1] മുതൽ നിൻ മൃദുപാദങ്ങ-
ളെനിക്കായഴകിൽ പണിതൊരു
'ഫ്രൊൻടേറ'[2] വരെയെന്റേതല്ലോ.
നീയെൻ കാളിമ കാളും പരിചിത-
കളിമണ്ണത്രേ, നിന്റെയെളിക്കു പിടിക്കുകയാ-
ണതിനുള്ളിലെ ഗോതമ്പിൻ വിളഭൂമി-
യെനിക്കാ, ണതു ഞാൻ വീണ്ടും കൈവശമാക്കി.

'അരൗക്കോവി'[3]ൻ പെണ്ണേ, നിന്നെ
പ്രണയിച്ചീ ഞാൻ, നീയറിയില്ല

---

1. Quinchamali: കളിമണ്ണിനും മൺപാത്രങ്ങൾക്കും പ്രസിദ്ധമായ ഒരു തെക്കേ അമേരിക്കൻ നഗരം.
2. Frontera: ചിലിയുടെ കടലോരത്തിനടുത്തുള്ള ഒരു ഭൂപ്രദേശം. നെരൂദയുടെ ബാല്യകാലം ഇവിടെയായിരുന്നു.
3. Arauco: ചിലിയിലെ ബയോബയോ നദിപ്രദേശത്തുള്ള ഒരു കമ്മ്യൂൺ നഗരം.

എൻ മൃദുഹൃദയം പൊയ്പ്പോയപ്പോൾ
നിൻ കുളിരുമ്മകളൊക്കെ മറന്നു
നിന്നുടെ ചുണ്ടുകളോർമ്മിച്ചീ ഞാ-
നെന്നാൽ പിന്നെ മുന്നേറുകയായ്.

മുന്നോട്ടങ്ങനെ മുറിവു പിണഞ്ഞ
പൂമാനെപ്പോലെ, തെരുവുകൾതോറു-
മലഞ്ഞവസാനം പ്രണയ-
മതെന്തെന്നറിയും വരെയും
പിന്നെക്കണ്ടുപിടിച്ചേനെന്റെയിടങ്ങൾ
ജ്വാലാമുഖിയും ഉമ്മയുമുള്ള പ്രദേശം. ■

ആറ്

കാടകത്തു നിന്നുമൊരു
കമ്പു ഞാൻ മുറിച്ചു
അക്കറുത്ത കമ്പെൻ ദാഹാ-
സക്തിയേറും ചുണ്ടിൽ
ചേർത്തുവെയ്ക്കും നേരമതിൻ
മർമ്മരം ഞാൻ കേട്ടു
ആ സ്വരമൊരു മഴതൻ
രോദനങ്ങളാണോ
ഉള്ളുടഞ്ഞുപോയ മണി-
ക്കുള്ള ശബ്ദമാണോ
ഛിന്നഭിന്നമെൻ ഹൃദയ-
തേങ്ങലുകളാണോ?

ദൂരെദൂരെയെങ്ങോ നിന്നോ
ദൂനദൂനമാരോ
കേഴുകയാണസ്വരം ഞാൻ
കേട്ടിടാതിരിക്കാൻ
എന്നെയൊരു ബധിരനായ്
മാറ്റിടുന്നതെന്തോ
സാന്ദ്രമീ ശരൽക്കാലത്തിൻ
തീക്ഷ്ണതകളാണോ
ഇത്തമാലനീലച്ഛവി
ചേർന്നു നനവാർന്ന
പച്ചിലക്കൂട്ടമോ, യില
തീർത്ത കൂരിരുട്ടോ?

കാനനക്കിനാക്കൾ വിട്ടു
ഞാനുണരും നേരം
എന്റെ മുഖക്കീഴിലായി
ഹെയ്സൽ[1] ശാഖ പാടി
ആയതിന്റെ ചൂഴ്ന്ന ഗന്ധം
ദർശനത്തിലൂറി.

ഞാൻ ത്യജിച്ച വേരുമെന്റെ
നഷ്ടബാല്യനാടും
തേടിയെത്തി പെട്ടെന്നെന്റെ
ചാരെ വന്നു, മെല്ലെ
നിന്നുപോയ് ഞാൻ ചുറ്റിയെത്തും
ഗന്ധലീലയാലേ. ■

1. Hazel: ഉത്തരാർദ്ധഗോളത്തിൽ കാണപ്പെടുന്ന ഇലകൊഴിയുംമരം.

ഏഴ്

പോരിക, നീ പ്രിയേ, എന്നോടൊപ്പം
പോരി, കൊരാളുമറിഞ്ഞില്ല
എവിടേ, ക്കെങ്ങിനെയെന്നിൽ നീറും
തീരാനോവിൻ സ്പന്ദങ്ങൾ
ഇല്ലില്ലാ കളിവഞ്ചിപ്പാട്ടും
ഇല്ലൊരു കാർനേഷൻപോലും
പ്രണയം നല്കിയ മുറിവുകൾ മാത്രം
വ്രണമായെന്നിൽ നീറുന്നു.

പോരിക, നീ പ്രിയേ, എന്നോടൊപ്പം
പോരിക, മൃൺമയനെന്നോ ഞാൻ
എന്നുടെ വായിൽ രക്തം പകരും
ചന്ദ്രനെയാരും കണ്ടില്ല.
മൗനത്തിൻ ചുടുചോരയുയർന്നതു-
മതുപൊഴുതാരുമറിഞ്ഞില്ല.
ഇനി നമ്മൾക്കു മറക്കാം മുള്ളുക-
ളിതുപോലുള്ളൊരു താരത്തെ.

അതുകൊണ്ടല്ലോ എന്നോടൊപ്പം
പോരിക നീയെന്നെൻ മൊഴികൾ
ആവർത്തിച്ചതുകേട്ടപ്പോൾ സഖി
വിശ്ലഥമായി നിൻ വ്യഥകൾ
നീ സ്വയമെന്നു നിനച്ചു, വിങ്ങി
പ്രണയമമർഷങ്ങൾ
കോർക്കിട്ടുള്ളൊരു കുപ്പിക്കുള്ളിലെ
വീര്യമെഴും വൈനെന്നതു പോൽ.

ചുടുനീരുറവയഗാധഖഗോള-
പാതാളങ്ങളിൽ നിന്നെത്തി
നിറയുന്നെന്നിൽ, ഞാനറിയുന്നാ
എരിതീ രുചികൾ പിന്നേയും
അറിയുന്നു ഞാൻ തിളവെള്ളത്തിൻ,
ചുടുരക്തത്തി, ന്നതുമല്ല
ശിലയുടെ പിന്നെ കാർനേഷന്റെ
രുചിഭേദങ്ങളെ ഞാനറിവൂ. ■

എട്ട്

നൽക്കളിമണ്ണും വേലയും തീയു-
മൊക്കെയുള്ള ദിനത്തിലെ
പാർവണേന്ദുവിൻ വർണ്ണഭംഗി നിൻ
കണ്ണിനില്ലായിരുന്നെങ്കിൽ
നീയെൻ കൈവശമാകിലും പ്രിയേ,
വായുവേഗത്തിലങ്ങനെ
നീ ചടുലമാം ചാരുതയോടെ
സഞ്ചലിക്കാതിരുന്നെങ്കിൽ.

മഞ്ഞയല്ലാത്ത മാത്രയിൽ മഞ്ഞ-
ക്കുന്തിരിക്കമൊയങ്ങനെ
നീയതിലോലയായരികത്തു
നിന്നിടാതെയിരുന്നെങ്കിൽ
ഹാ സുഗന്ധിയാമമ്പിളിയപ്പ-
മാവുകൂട്ടിക്കശക്കിയും
നീളെ നീളെയാമാവു മാനത്തു
വാരിത്തൂവിയുമങ്ങനെ
ഉല്ലസിച്ചു ചമച്ച നല്ലപ്പ-
മല്ലായിരുന്നെങ്കിൽ നീ.

ഇല്ല, മൽപ്രിയേയില്ല, ഗാഢമാ-
യില്ല, പ്രേമിക്കില്ലിങ്ങനെ
നിന്നെ കൈവശമാക്കവേ ഭൂവി-
ല്ലെല്ലാം കൈവശമാക്കി, ഞാൻ
മണ്ണു കൈവശമാക്കി, കാലവും
മാരിയും മരക്കൂട്ടവും.

എന്തുമെന്തും സജീവമാകയാ-
ലോമലേ, ഞാനുമങ്ങനെ
നിശ്ചലനായിരുന്നു കാൺമു ഞാൻ
നിർമ്മലേ, യവയൊക്കെയും
നിന്നിലുള്ള സജീവത സർവ്വ-
മിന്നു കാണുകയാണു ഞാൻ. ■

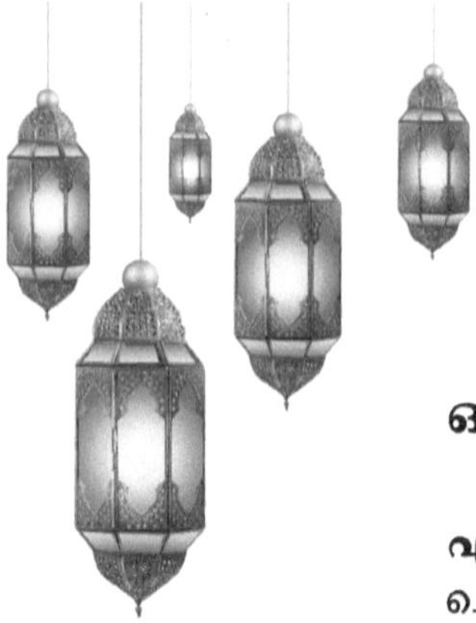

ഒമ്പത്

എവിടെയാ തിരകൾ
ചെന്നസ്വസ്ഥമാം പാറകളിൽ
അവിരാമം തലതല്ലി-
ച്ചിതറിടുന്നു.
എവിടെയാ സുതാര്യമാം
വെളിച്ചത്തിൻ പൊട്ടിത്തെറി
എവിടെയതുയരുന്നു
നടിച്ചിടുന്നു
എവിടെയാ സാഗരനീർ-
ച്ചുഴി മന്ദം ചുരുങ്ങിവ-
ന്നവസാനം പൂങ്കുലയായ്-
ച്ചമഞ്ഞിടുന്നു.
എവിടെയാ നീലനിറം
താവിടുന്ന ലവണം വ-
ന്നൊരു വെറും ബിന്ദുവായി
പതിച്ചിടുന്നു.

നിന്റെ രൂപഭംഗിയെ നീ
സ്വയം പൊട്ടിച്ചെറിയുന്നോ-
രെന്റെ പ്രിയേ, മഗ്നോളിയേ,[1]
പ്രഭാവതിയേ,
നിതാന്തമാം ശൂന്യതയി-
ലലിയുന്നു സകലതും

1. Magnolia: താമരപ്പൂവിന്റെ ആകൃതിയിലുള്ള ഒരിനം വലിയ വെളുത്ത പൂവ്.

അരഞ്ഞൊടിക്കുള്ളിലെല്ലാം
തകർന്നിടുന്നു.
സ്മരണീയമരണത്തി-
ലുപ്പുകല്ലുപോലെ പൊട്ടി
സാഗരത്തിൻ മഹാപ്രഭ
പൊലിഞ്ഞിടുന്നു.

നീയും ഞാനും പ്രണയവും
കൂടിച്ചേർന്നീ മൂകതതൻ
നികുഞ്ജത്തെ സാർത്ഥമായി
ക്രമപ്പെടുത്തി
അപ്പൊഴുതിലതിനുള്ള
സംവിധാനസുസ്ഥിരത-
യക്കടലോ കടന്നേറി
തകർത്തിടുന്നു.

വന്യമായ വേഗതതൻ
ഗോപുരങ്ങൾ മാത്രമല്ല
വെൺമപോലുമുടൻ
തകർന്നടിഞ്ഞിടുന്നു.
അതുമൂല, മദൃശ്യമാ-
യാരചിക്കും വർണ്ണവസ്ത്രം,
അതിവേഗം കുതിച്ചോടി
വരും തിരയും
ഇടതൂർന്ന മണൽക്കാടു-
മിവയെല്ലാം ശാശ്വതമാ-
മൊരു സ്നേഹമൃദുലത
നമുക്കൊരുക്കി. ■

പത്ത്

നനുത്തതാണീ സൗന്ദര്യം മൃദു-
സംഗീതം പോലെ
കാടകം പോൽ, വൈഡൂര്യം, തുകിൽ,
ഗോതമ്പെന്നിവ പോൽ
പ്രകാശരേണുസ്തോമം നിന്നിൽ
തട്ടിവിളങ്ങുമ്പോൾ
ക്ഷണഭംഗുരമാമൊരു കൽപ്രതിമ
ഒരുങ്ങി നിൽക്കുന്നു
അവളുടെ പുതുമകളലമാലകളിൽ
വാരിത്തൂവുന്നു.

തേച്ചുമിനുക്കി ചന്തം ചാർത്തിയ
പാദം കഴുകുന്നു
പാരാവാരം പലവുരു, പിന്നെ
അവയുടെ വടിവെങ്ങും
മുദ്രിതമാക്കി കടലോരത്തെ
മണലിന്നഴകാക്കി
പനിനീരലരിൻ പെൺമത്തീയാ-
ണിപ്പോളവളെന്നാൽ
വെറുമൊരു വെള്ളക്കുമിള, കടലും
സൂര്യനുമതുപോലെ
അടരാടുകയാണവളോ, ടവളോ
വെറുമൊരു നീർപ്പോള.

ഒന്നും സ്പർശിക്കരുതേ നിന്നെ
ലവണക്കുളിരെന്യേ

പ്രണയം പോലുമലട്ടരുതേയീ
വസന്തകാലത്തെ
നിതാന്തമങ്ങനെ നുരയും പതയുടെ
മാറ്റൊലി നീയല്ലോ.

നീറ്റിൽ നിന്നുടെ ആഹ്ലാദാരവ-
നിൽപ് ചമയ്ക്കട്ടെ
പുതിയൊരു വ്യാപ്തി, യൊരരയന്നം പോൽ,
ലില്ലിപ്പൂ പോലെ
ശാശ്വതമായൊരു സ്വച്ഛതയിൽ നീ
നിന്നെയൊരുക്കട്ടെ. ■

പതിനൊന്ന്

നിൻ മുഖം, നിൻ സ്വനം
നിൻ വേണിബന്ധനം
നിന്റെ വിനോദനം
മൗനദാരിദ്ര്യവും
അപ്പത്തിനാവില്ല
പുഷ്ടിപ്പെടുത്തുവാൻ
സുപ്രഭാതങ്ങൾക്കു
സ്വസ്തി പറഞ്ഞു ഞാൻ
നിന്റെ ദ്രവാംഗീത-
കാലടിപ്പാടുകൾ
പിൻതുടരട്ടെയോ
പിന്നെയുമിങ്ങനെ.

നിൻ മഞ്ജുഹാസവും
ഏറെക്കിരാതമാം
കൊയ്ത്തുപണികളും
ചാരുകരങ്ങളും
ഭംഗിയെഴാത്ത
നഖവും കൊതിക്കയാ-
ണൊന്നായശിക്കാൻ
ബദാമെന്നമാതിരി.

ഭക്ഷിക്കണം പ്രിയേ,-
യക്കുളിർമേനിയിൽ
നിന്നു തിളങ്ങിടും
സൂര്യരേണുക്കളെ

ഇത്തിരി ഗർവെഴു-
മാമുഖകാന്തിയി-
ലൊത്തിണങ്ങിച്ചേർന്നു
നില്ക്കുന്ന മൂക്കിനെ
നീലിച്ചിടതൂർന്ന
നിന്റെ കൺപീലിത-
ന്നാലോലഭംഗിയെ
ഭക്ഷിക്കണം പ്രിയേ.

സംതപ്തമാനസേ
നിന്നെയും തേടിയാ
സന്ധ്യാസമയ-
ത്തലഞ്ഞുതിരിഞ്ഞു ഞാൻ
ഏറെ വിശന്നും
മണം പിടിച്ചും വന്ധ്യ-
'ക്വട്രാച്ചു'[1]വിലൊരു
സിംഹം കണക്കിനെ? ■

1. Quitratue: ചിലിയിലെ ആരക്കോനിയൻ മേഖലയിലുള്ള 'പുമഹിൽ' എന്നറിയപ്പെടുന്ന തരിശുപ്രദേശം.

പന്ത്രണ്ട്

നിറഞ്ഞ പെണ്ണേറെ
കൊഴുത്തതാമാപ്പിൾ,
ചൂടുന്നൊരമ്പിളി,
കടൽക്കളയുടെ
അതീവസാന്ദ്രമാം
മണം, വെളിച്ചവും
ചെളിയും ചേർന്നുള്ള
കപടനാട്യങ്ങൾ
നിഗൂഢമാമെന്തു
വിശുദ്ധി നിന്നുടെ
നിരുപമസ്തൂപം
സുതാര്യമാക്കുന്നു.
പുരാതനമേതു
ശുഭരാത്രിയാകാം
തൊടുന്നൊരാളുടെ
തനതാമിന്ദ്രിയം.

പ്രണയമോമലേ,
ശുഭയാത്ര മാത്രം
ജലാശയത്തിനു-
മുഡുക്കൾക്കുമൊപ്പം
ശുഭയാത്ര നമ്മെ
നിമഗ്നമാക്കിടും
നിറഞ്ഞ വായുവു-
മൊരു ധാന്യമാവിൻ

പ്രചണ്ഡവാതത്തി-
ന്നകമ്പടിയോടെ
പ്രണയമോമലേ,
ഇടഞ്ഞുനില്ക്കുന്ന
ഇടിമുഴക്കങ്ങൾ,
ഇരുശരീരങ്ങൾ
അടിപ്പെടുത്തിടു-
ന്നൊരേ മധുവിനാൽ.

പ്രിയതമേ, യുമ്മ
ചൊരിഞ്ഞു ഞാൻ നിന്റെ
അനന്തതകളിൽ
കടന്നു കേറട്ടെ
അതിരുകൾ, നിന്റെ
നദികൾ, നിൻ ചെറു-
ജനപദങ്ങളു-
മൊടുവിൽ നിന്നുടെ
ജനനേന്ദ്രിയങ്ങൾ-
ക്കകത്തെയഗ്നിയും
മധുരോദാരമായ്
പരിണമിക്കട്ടെ.

ഇടുങ്ങിയ രക്ത-
ക്കുഴൽ വഴി തെന്നി
നടന്നതു സ്വയ-
മൊഴുകുവോളവും
നിശതൻ കാർനേഷൻ
കണക്കിനെയതു
ത്ധടിതിയങ്ങനെ-
യതിന്റെ രീതിയിൽ
ചുരുങ്ങുന്നു പിന്നെ
നിഴൽപ്പാടുകളിൽ
നിറഞ്ഞ ശൂന്യത
ഒരു തരി വെട്ടം. ■

പതിമ്മൂന്ന്

നിന്റെ പാദം മുതൽ മുടി-
യറ്റത്തോളമുയരുന്ന
നിന്റെ വെട്ട, മതിലോല-
മേനിയഴകിൽ
ചുറ്റിപ്പൊതിഞ്ഞിരിക്കുന്ന
ശക്തിയിവയൊന്നുമൊരു
മുത്തുച്ചിപ്പിക്കുള്ളതല്ല,
തണുതണുത്ത
വെള്ളിയുടേതല്ല നിന്നെ
നീയാക്കിയതപ്പമല്ലോ
വഹ്നിപോലുമാരാധിക്കാൻ
കൊതിക്കുമപ്പം.

ധാന്യമെത്ര സമൃദ്ധമാ-
ണതിൻ കൊയ്ത്തുകാലത്തിങ്കൽ
നിന്നിൽ മാവു തിങ്ങിവിങ്ങി
നല്ല കാലത്തിൽ
കുഴച്ച മാവാകെയേറി
നിറയവെ നിന്റെ നെഞ്ചോ-
യിരട്ടിയായ്, ദ്വിവിധമായ്,
മനോഹരമായ്
എന്റെ സ്നേഹം, ഭൂമിക്കുള്ളിൽ
കൽക്കരിയായ്, തയ്യാറായി
നിനക്കായി കാത്തുകാത്തു-
കിടക്കയായി.

അപ്പമാണ് നിന്റെ നെറ്റി
നിൻ മുഖവും നിന്റെ കാലും
അപ്പമാണതാർത്തിയോടെ
ഞാൻ വിഴുങ്ങട്ടെ.
പ്രഭാതത്തോടൊപ്പം പിറ-
ന്നെന്റെ പ്രിയേ, ബേക്കറിതൻ
കൊടിയടയാളമായ് നീ
വളർന്നിടട്ടെ.

അഗ്നി നിന്നെ രക്തത്തിന്റെ-
യൊരു പാഠം പഠിപ്പിച്ചു
ധാന്യമാവു നിന്നെ നിന്റെ
വിശുദ്ധിയേയും
അപ്പത്തിൽനിന്നാദ്യമേ
നീയഭ്യസിച്ചു നിന്റെ ഭാഷ
അതിൽനിന്നുതന്നെ നിന്റെ
സുഗന്ധത്തേയും. ■

പതിന്നാല്

ഇല്ലെനിക്കില്ല, നേരം പ്രിയേ, നി-
ന്നല്ലണിവേണി പ്രകീർത്തിച്ചിടാനായ്
നിന്മുടിയിഴയോരോന്നെടുത്തു
വിസ്തരിച്ചു സ്തുതിച്ചു പാടീടാൻ
മറ്റു കാമുകർ പ്രത്യേകമായി
കണ്ണുകളെ പുകഴ്ത്തി ജീവിക്കെ
അല്ലയോ പ്രിയേ, നിൻ വേണി ശൈലീ-
വല്ലഭനാകുവാനെനിക്കിഷ്ടം!

ഇറ്റലിയിലവരോ 'മെഡൂസാ'[1]
എന്നു നിന്നെ വിളിച്ചതെന്തെന്നാൽ
നിന്മുടിക്കെട്ടിനുള്ളൊരു ഭംഗി-
യത്രമേലിഷ്ടമാകയാലാകാം
നിന്നെയെന്നാൽ ചുരുണ്ടൊരു നൂലാ-
മാലയെന്നാണ് ഞാൻ വിളിക്കുന്നു
എൻ ഹൃദയമറിയുന്നു നിന്റെ
കേശഭംഗിതൻ വാതിൽ വഴികൾ.

നിന്റെ വേണി വഴികൾ നിനക്കു
നഷ്ടമാകുമ്പോളോമലേയെന്നെ
നീ മറക്കല്ലേ, യോർമ്മിക്കുക, ഞാൻ
നിന്നെയത്രമേലിഷ്ടപ്പെടുന്നു.

1. Medusa: ഗ്രീക്ക് പുരാവൃത്തങ്ങളിലെ സ്ത്രീരൂപമാർന്ന ഒരു സത്വം. തലമുടിനുടെ സ്ഥാനത്ത് വിഷസർപ്പങ്ങളുള്ള ഇത് ഭയാനകസൗന്ദര്യത്തിന്റെ പ്രതിരൂപമാണ്.

സമ്മതിക്കല്ലേ നിന്മുടിയെന്യേ
സഞ്ചരിക്കുവാ, നെന്നെയലയാൻ.

അന്ധകാരനിബിഡജഗത്തി-
ലങ്ങുമിങ്ങും നിഴലുകൾ വീഴ്ത്തി
ശൂന്യമായ, വലക്കണ്ണിനൊത്ത
വീഥിയിലതിഖിന്നതയോടെ
നല്പുലരിയിലുത്തുംഗവേണി-
യുജ്ജ്വലിക്കുംവരേയും പ്രിയേ, നീ. ■

പതിനഞ്ച്

ഒട്ടേറെക്കാലമായ് ഭൂമി- നിന്നെ
തൊട്ടറിയുന്നല്ലോ പൊന്നേ
സുസ്ഥിര നീയപ്പം പോലെ- യെത്ര
സുസ്ഥിര നീ മരം പോലെ
നീയൊരാൾക്കൂട്ടമാണല്ലോ- യതിൻ
സാരസർവ്വസ്വവുമല്ലോ
ഉണ്ട് നിനക്കൊരക്ഷേഷ്യ- തന്നി-
ലുള്ള ഗുരുത്വസ്വഭാവം.
ചാമീകരൗഷധിക്കുള്ള- ഭാര-
മോമലേ, ഹാ നിനക്കല്ലോ?

നിന്മിഴി പാറിത്തുറക്കു- ന്നൊരു
ജാലകവാതിലു പോലെ
കോരിച്ചൊരിയുന്നു വെട്ടം- നിന്റെ
പൂമിഴിയിൽനിന്നു ചുറ്റും.
ആയതുമാത്രമല്ലല്ലോ- നിന്റെ
അസ്തിത്വമെന്തുകൊണ്ടെന്നാൽ
നിന്നെക്കരുപ്പിടിപ്പിച്ചു- കളി-
മണ്ണുകൊണ്ടോമനേ, പിന്നെ
അമ്പരപ്പിക്കുന്ന ചൂള- ചിലി
നിർമ്മിച്ച ആഡോബ്[1] ചൂള
ചൂളയിൽ വെച്ചവർ നിന്നെ- മെല്ലെ
ചുട്ടു പരുവപ്പെടുത്തി.

---

1. Adobe: കളിമണ്ണിന്റെ ഇഷ്ടിക

ജീവികൾ മണ്ണിലടിഞ്ഞു- മന്ദ-
മവ്യക്തസന്നിഗ്ദ്ധമാകും
വായു ജലം തണുപ്പെന്ന- പോലെ
കാലത്തിൻ സ്പർശനത്താലേ
സർവ്വമദൃശ്യമാകുന്നു- മൃത്യു
വന്നെത്തിടുന്നതിൻ മുൻപേ
എല്ലാം പൊളിച്ചടുക്കുന്നു- പൊടി
മണ്ണായി മാറുന്ന പോലെ.

എന്നാൽ പ്രിയേ, യൊരു കല്ലു- പോലെ
എൻ കുഴിമാടത്തിൽ നീയും
വീണെന്നനുഗാമിയാകു- മത്ര
നീടുറ്റതാണനുരാഗം
ഇല്ലതു നഷ്ടമാക്കില്ല- എന്നു-
മില്ല, വഴി മുടക്കില്ല
ഭൂഗോളമീമട്ടിൽതന്നെ- നീണാ-
ളോമലാളേ, നിലനില്ക്കും. ■

പതിനാറ്

കൈപ്പിടിയിലെ മണ്ണെന്നപോലെ
പെണ്ണേ, നിന്നെ ഞാനിഷ്ടപ്പെടുന്നു.
ഏറെ വിസ്തൃതമായ നഭസ്സിൻ
താഴ്വരകളുമിഷ്ടപ്പെടുന്നു.
മാത്രതോറും പെരുകും പ്രപഞ്ച-
ത്തിന്റെ നേർപകർപ്പായ നീയെന്യേ
ഇല്ലെനിക്കന്യതാരകം, നിന്നെ
ഉള്ളഴിഞ്ഞു ഞാനിഷ്ടപ്പെടുന്നു.

വെട്ടമാകെയണഞ്ഞന്ധകാരം
മുറ്റിനിന്നിടുമാശയലോകം
നിന്റെ നീലവിശാലനേത്രത്തിൻ
വെട്ടമേ ഞാനറിയുന്നതുള്ളൂ
നിന്റെ മേനി തുടിപ്പൂ മഴയിൽ
കൊള്ളിയാൻ മിന്നിമായുന്നപോലെ.

നിന്നിളം ചുണ്ടെനിക്കു മാനത്തു
നിന്നൊളിചിന്തുമമ്പിളിപോലെ
നിൻമുഖമൊട്ടഗാധമാനന്ദ-
തുന്ദിലം സൂര്യനെന്നതുപോലെ
നിൻ ഹൃദയമാരക്തപ്രകാശ-
തീക്ഷ്ണതാകേന്ദ്രമെന്നതുപോലെ.

വെയിലെഴാമധുവെന്നപോലെന്നി-
ലധികമാസക്തി ചേർപ്പു വെളിച്ചം
ഉജ്ജ്വലാംഗി നിൻ സംതൃപ്തമേനി
ഉമ്മവെച്ചു കടന്നു ഞാൻ പോയി
സാന്ദ്രമാകുമി സൗരയൂഥത്തി-
ലെന്റെ ഭൂമിയും മാടപ്പിറാവും! ■

പതിനേഴ്

ഉപ്പിൽനിന്നുയിരാർന്ന
നിന്നെ ഞാൻ പ്രേമിക്കില്ല
മാംസളബാണം പോലെ
അത്യന്തം രഹസ്യമാ-
യാത്മാവും നിഴലുമാ-
യന്തരാ കുടികൊള്ളും
നിന്നെ ഞാൻ പ്രേമിക്കുന്നു.

പൂവിടാച്ചെടിപോലെ
നിർഗന്ധപുഷ്പം പോലെ
ന്നിലേക്കൊളിക്കുന്ന
നിന്നുടെ പ്രണയത്തെ
രാത്രിയിലെൻ മേനിയിൽ
ഭൂഘ്നസൗരഭ്യം പോ-
ലാളുമാ പ്രേമത്തിന്നു
നന്ദിവാക്കോതട്ടെ ഞാൻ.

ഏതിടത്തിങ്കൽ നിന്നു-
മെങ്ങിനെയെപ്പോഴാണെ-
ന്നേതുമേയറിയാതെ
നിന്നെ ഞാൻ പ്രേമിക്കുന്നു.
ഞാനറിയുന്നീലന്യ-
മാർഗ്ഗങ്ങൾ പ്രേമിക്കുവാ-
നാകയാ, ലയേ, നിന്നെ-
യീവിധം പ്രേമിക്കുന്നു.

ഏതൊരു രൂപത്തില-
ല്ലോമലേ, നീയും ഞാനും
പ്രീതിദമപ്പോൾ പോലും
നിൻ കരമെന്നിൽ ചേരും
ഭിന്നരൂപങ്ങൾ കൈക്കൊ-
ണ്ടങ്ങനെ നീയും ഞാനും
ഒന്നിനൊന്നകന്നാലും
നിന്റെ കൈയെന്നിൽ തന്നെ.
നിത്യവും ഞാൻ കാണുന്നോ-
രെന്റെ പൂങ്കിനാക്കളിൽ
നിന്റെ നീൾമിഴി രണ്ടും
ചേർന്നുചേർന്നിരിക്കുന്നു. ■

പതിനെട്ട്

പൂവിളംകാറ്റുപോൽ
സഞ്ചലിച്ചീടുന്നു
നീ ഗിരിമാർഗ്ഗത്തിലൂടെ
ഏതോ ഹിമശൈല-
മൊന്നിൽനിന്നും നദി
താഴോട്ടു വീഴുന്നപോലെ
സൂര്യനുള്ളേറു-
മലങ്കാരമെന്നതു
മാതിരിയെന്നോമലാളേ,
നിൻ മുടിക്കെട്ടിന്റെ
നീരന്ധ്രതയുടെ-
യുള്ളു തുടിക്കുകയല്ലോ
പിന്നെയും പിന്നെയു-
മത്തുടിപ്പൊക്കെയു-
മെന്നെ നിനച്ചുകൊണ്ടല്ലോ?

'കോക്കസ്സസ്സി'[1]ന്റെ
വെളിച്ചം മുഴുവനും
നിൻ മൃദുമേനിക്കെതിരേ
പുഷ്പകുംഭത്തിലേ-
ക്കെന്നപോലോമലേ,
വന്നു പതിക്കുകയല്ലോ

---

1. Caucasus: യൂറോപ്പിലെ, കരിങ്കടലിനും കാസ്പിയൻ കടലിനും ഇടയിലുള്ള ഒരു പർവ്വതനിര.

ആയിരമായിര-
മല്ലപഭ്യംശങ്ങ-
ളായവ സൃഷ്ടിച്ചിടുന്നു.
ദൂരസ്ഥനിമ്നഗ
തന്റെ ചലനങ്ങ-
ളോരോന്നിനുമൊപ്പമായി
വെള്ളമതിന്റെ-
യുടയാട മാറ്റുന്നു
സംഗീതമാലപിക്കുന്നു.

പണ്ടത്തെ പട്ടാള-
ക്കാരുടെ പാതകൾ
കുന്നുകൾ കേറിയിറങ്ങി
പിന്നെയവരുടെ-
യന്നത്തെ കോട്ടകൾ
ചുറ്റിത്തിരിഞ്ഞുവരുന്നു.
വെള്ള, മവരുടെ
ധാതുദ്രവമാർന്ന
കൈകളിലെത്തുന്ന വെള്ളം
വെട്ടിത്തിളങ്ങുന്നു
ഭീഷണമാമൊരു
ഖഡ്ഗം തിളങ്ങുന്നപോലെ.

അത്തവ്വിലോമലേ,
കാനനം നിന്നിലേ-
ക്കേറിപ്പതിക്കുകയല്ലോ
മിന്നൽപിണരുക-
ളഞ്ചാറു നീലിച്ച
പൂവുകളെന്നതുപോലെ.
വന്യബാണങ്ങ-
ളവയുടെ കാനന-
ഗന്ധങ്ങൾ ചിത്രം വിചിത്രം! ■

പത്തൊമ്പത്

നീലിച്ച ലവണമാം
'ഇസ്‌ലാ നെഗേര'[1]യുടെ
ചേലുലാവിടും പെരും-
കടൽപതകൾ
പൊങ്ങുന്നു, സൂര്യൻ വെള്ളം
നിന്റെ മേൽ തളിച്ചുകൊ-
ണ്ടങ്ങതാ ജലക്രീഡ
നടത്തിടുന്നു.
തേനീച്ചയതിൻ വേല
ചെയ്‌വതും നോക്കിനോക്കി
ഞാനതിശ്രദ്ധാലുവാ-
യവിടെ നിന്നു.
മക്ഷികയ്ക്കെന്തൊരാർത്തി
തേനിനോടവയുടെ-
യിക്ഷിതിതന്നിലെന്നേ-
യെനിക്കു തോന്നി.

തേനീച്ച വരുന്നവ
പോകുന്നു സമനില
കൈവരിച്ചവ നേരേ
പറന്നിടുന്നു.
സൂക്ഷ്മാതിസൂക്ഷ്മമേതോ
തന്ത്രിയിലേറിയതി-
സൂക്ഷ്മതയോടെ തെന്നി-
മറയും പോലെ

1. Isla Nagera: മദ്ധ്യചിലിയിലുള്ള ഒരു നഗരം. അവിടെ കടലിനഭിമുഖമായ ഒരു വസതിയിലാണ് നെരൂദ ദീർഘകാലം താമസിച്ചിരുന്നത്.

ആയവ നടത്തുന്ന
ചാരുതയാർന്ന നൃത്തം
ദാഹാർത്തമവയുടെ
കടിപ്രദേശം
ക്ഷുദ്രമാമവയുടെ
കൊച്ചുസൂചിയെ സർവ്വം
കൊല്ലുന്ന കൊല്ലൽ നോക്കി-
യിരുന്നു മെല്ലെ.

പച്ചപ്പുൽപ്പരപ്പിലെ
വായുവിമാനത്തിന്റെ
മട്ടിലാ മഴവില്ലി-
ന്നഴകിലൂടെ
കണ്ടുവോ കുന്തമുന-
യാപത്തിൻ മുദ്രയായി-
ട്ടെങ്ങാനും? അവയെങ്ങോ
പറന്നുപോയി.

നഗ്നയായ് കടലിൽ നി-
ന്നോമലേ, നീയെത്തുമ്പോൾ
ഇക്കടൽക്കരകളിൽ
നിറഞ്ഞുനില്ക്കും
ഉപ്പിലേക്കുജ്ജ്വലമാം
സൂര്യന്റെ പ്രഭയിലേ-
ക്കങ്ങനെ മടങ്ങി നീ
വരുന്ന നേരം
നീയെന്നിൽ മാറ്റൊലികൾ
ചേർക്കുന്ന പ്രതിമയോ,
നീ ചൊരിമണലിലെ
തിളങ്ങും വാളോ? ■

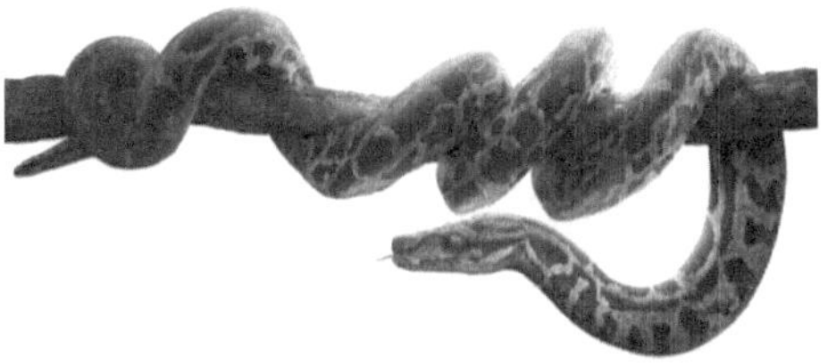

ഇരുപത്

നീ വിരൂപ, നീ താറുമാറായ
ചെസ്റ്റ്നെട്ടെന്നതുമാതിരി
നീ സുഭഗ, നീ ഹൃദ്യമാമൊരു
മന്ദമാരുതൻ മാതിരി
നീ വിരൂപ, നിന്നാനനം രണ്ടു
വൻമുഖം ചേർന്ന മാതിരി
നീ സുഭഗ, നിന്നുമ്മകൾ പുത്തൻ
മത്തങ്ങാക്കുളിർ മാതിരി.

നീ വിരൂപ, നീയെങ്ങൊളിപ്പിച്ചു
നിന്റെ പോർമുല രണ്ടും നീ
രണ്ടു ഗോതമ്പുകോരിക പോലെ-
യുണ്ടവ രണ്ടുമെങ്കിലും
നിന്റെ നെഞ്ചിലവയെക്കാൺമു ഞാൻ
രണ്ടു പൂർണ്ണേന്ദു മാതിരി
നിന്നഭിമാനഹേതുകമായ
രണ്ടു ഗോപുരം മാതിരി.

നീ വിരൂപ, നിൻ കാൽനഖങ്ങളിൽ
തങ്ങിനില്ക്കുമഴുക്കുകൾ
ഇല്ല, കാണില്ലൊരു കടലിന്റെ-
യുള്ളിൽപോലുമിമ്മാതിരി
സുന്ദരി, യോരോ പൂവിലു, മോരോ
താരകയിൽ, തിരയിലും
നിൻ ശരീരവിവരപ്പട്ടിക
സുന്ദരി, തയ്യാറാക്കി ഞാൻ.

വൃത്തികെട്ടവൾ, എങ്കിലുമര-
ക്കെട്ടു സ്വർണ്ണമാണാകയാൽ
നിന്നോടിഷ്ടമാണത്രമേലനു-
രക്തനാണു ഞാനോമലേ,
നിന്റെ നെറ്റിയിൽ വ്യക്തമായി ഞാൻ
കണ്ടിടുന്ന ചുളിവുകൾ,
നിന്റെ കാളിമ, നിന്റെ സംശുദ്ധി!
നിന്നെ ഞാൻ പ്രണയിച്ചുപോയ്! ■

ഇരുപത്തിയൊന്ന്

എന്നിലൂടെയിപ്രണയ-
മാദകസുഗന്ധം
വ്യാപകമായ് തീർന്നുവെങ്കി-
ലെന്നു ഞാൻ കൊതിപ്പൂ
ഈ വസന്തകാലമെന്യേ-
യൊറ്റമാത്രപോലും
ആവുകില്ലെനിക്കിവിടെ
ആവസിക്കാൻ ധന്യേ
എൻ കരങ്ങൾ മാത്രമേ, ഞാൻ
സങ്കടങ്ങൾക്കുള്ളിൽ
കൈയൊഴിഞ്ഞു, ഗാഢപ്പുണരെന്നെ
ചുംബനങ്ങളോടെ
യാത്രയാക്കുകോമലേ, ഞാൻ-
പോയി വന്നിടട്ടെ.

മൂടുക നീയീ വെളിച്ചം
നിന്റെ സൗരഭത്താൽ
ചാരുക നീ വാതിലുകൾ
നിന്റെ കുന്തളത്താൽ
നിദ്രകളിൽനിന്നു കേണു
ഞാനുണർന്നു പോയാൽ
എൻ കിനാവിലെന്നേയ്ക്കുമായ്
നഷ്ടമായിത്തീർന്ന
കുട്ടിയാണ് ഞാനെന്നതു-
കൊണ്ടു തന്നെയല്ലോ

നീ പ്രിയേ, മറന്നിടല്ലെ-
യീ യാഥാർത്ഥ്യം മാത്രം!

രാത്രിയുടെ പച്ചിലയിൽ
കൂടി തേടിത്തേടി
നിൻ കരങ്ങൾക്കായി, പരി-
ലാളനങ്ങൾക്കായി
ഞാൻ കൊതിക്കയാ, ണെനിക്കാ
ലാളനങ്ങളേകും
ഹർഷോന്മാദമൂർജ്ജം തണ-
ലെന്നിവകൾ സർവ്വം
എത്രമേൽ ക്ഷണികം! പക്ഷേ
ഞാനവ കൊതിപ്പൂ.

ഓമലാളേ, മൽ പ്രിയേ, നീ
നിന്റെ പൂങ്കിനാവിൽ
എന്റെ കൂടെ നീ നടപ്പ-
തേതു ദിക്കിലാണോ
ഇല്ലവിടെ നിഴലുക-
ളെന്യേ വേറെയൊന്നും
എപ്പോൾ വെട്ടം തിരിച്ചെത്തു-
മെന്നു നീ പറയൂ. ■

ഇരുപത്തിരണ്ട്

ഓർമ്മയിൽ നീയെത്തീല
നിൻ മുഖം ദർശിച്ചീല
ഓമലേ, പലപ്പോഴു-
മെങ്കിലും സ്നേഹിച്ചു ഞാൻ
നിന്റെ കണ്ണാട്ടങ്ങളെ
കണ്ടീല, യുച്ചച്ചൂടിൽ
ചൂട്ടെരിഞ്ഞീടാൻ സ്ഥാനം
തെറ്റി നിന്നിടും ചെറു-
‘ജൻഷൻ’[1] നിന്നെയെന്നും പ്രിയേ,
ഞാനറിഞ്ഞീല, പക്ഷേ
ഗോതമ്പിൻ സുഗന്ധത്തെ
മാത്രം ഞാൻ സ്നേഹിച്ചു പോയ്.

അല്ലെങ്കി, ലൊരു പക്ഷേ
‘അംഗോളി’[2]ൽ വേനൽച്ചൂടിൽ
വല്ലാതെയുഷ്ണിച്ചീടു-
മുച്ച നേരത്തോ മറ്റോ
കണ്ടിരിക്കണം നിന്നെ-
യെന്റെ സങ്കല്പത്തിൽ, നീ
ചുണ്ടിനോടടുപ്പിക്കാ-
നുയർത്തും വൈൻഗ്ലാസ്സുമായ്

---

1. Gentian: നീലയോ വയലറ്റോ പൂക്കളുള്ള ഒരു സസ്യം. യൂറോപ്പിലെ മിതശീതോഷ്ണമേഖലയിലാണ് ഇതു കണ്ടുവരുന്നത്.
2. Angol: ചിലിയുടെ തെക്കുഭാഗത്തുള്ള മലേക്കോ പ്രോവിൻസിന്റെ തല സ്ഥാനനഗരം.

അതുമല്ലെങ്കിൽ നിഴൽ-
പ്പാടിൽ ഞാൻ മീട്ടീടുന്ന
ഗിത്താറിൻ ജ്വലനമായ്
കണ്ടിരിക്കണം നിന്നെ
പിന്നെയുമാവർത്തിച്ചു
മണിനാദം മുഴക്കുന്ന
ഖിന്നയാ, മസമിക്ഷ്യാ-
കാരിയാം കടൽപോലെ.

നിന്നെ ഞാൻ സ്നേഹി, ച്ചെന്നാൽ
ഞാനതന്നറിഞ്ഞീല,
നിന്നെ ഞാൻ തേടിപ്പോയെ,-
ന്നോർമ്മയിൽ കണ്ടെത്തുവാൻ
എന്തുപോലിരിക്കും നീ
എന്നറിഞ്ഞിരുന്നു ഞാൻ
പണ്ടുതൊട്ടെന്നാകിലും
വീടുകൾ തല്ലിത്തകർ-
ത്തേറി ഞാൻ മോഷ്ടിക്കുവാൻ
നിന്റെ സാദൃശ്യങ്ങളെ
എങ്ങിനെയിരുന്നു നീ
എന്നു കണ്ടറിഞ്ഞീടാൻ.

പിന്നെ നീയെന്നോടൊപ്പം
അരികത്തുണ്ടായപ്പോൾ
ഒന്നു സ്പർശിച്ചേൻ നിന്നെ
പെട്ടെന്നു നിലച്ചുവോ
കഷ്ട, മെൻ ഹൃദ്സ്പന്ദനം
നിന്നു നീ മുന്നിൽ രാജ്യം
വാഴുന്ന മഹാറാണി-
യെന്ന മാതിരിയപ്പോൾ
കാടകം നീളെക്കത്തി-
പ്പടരും ഒരു കാട്ടു-
തീയാ, യതിൻ ജ്വാല
നിന്നധീശത്വം മാത്രം! ■

ഇരുപത്തിമൂന്ന്

വെട്ടത്തിനഗ്നി, വിശപ്പടക്കാൻ
അപ്പത്തിനുൾപ്പകയുള്ള ചന്ദ്രൻ
ഭീഷണമാകുമൊരു പ്രണയ-
മുള്ളിലൊതുക്കും മുറിവുകളിൽ
മുല്ലയതിന്റെ പരിമളങ്ങൾ
മെല്ലെ പുരട്ടിത്തഴുകിടുന്നു.
ഏറെ മൃദുലമാം ശുഭ്രഹസ്തം
എന്മിഴി രണ്ടിലും ദൂരെനിന്നും
സൂര്യനെൻ പഞ്ചേന്ദ്രിയങ്ങളിലും
കോരിച്ചൊരിയുന്നതെന്തു ശാന്തി!

ആഹാ, പ്രണയമേ, എത്ര വേഗം
നീയെൻ മുറിവുകൾ തേച്ചുമാച്ചു
നീയതിൻ മേലേ പടുത്തുയർത്തി
ഏതോ മധുരമാം ദാർഢ്യതകൾ
നീയെന്നെ കീറിമുറിച്ച നിന്ദ്യ-
ഘോരനഖരത്തൊടേറ്റുമുട്ടി
ആട്ടിയോടിച്ചു നാമിപ്പൊഴൊറ്റ-
ക്കെട്ടാ, യൊരേയൊരു ജീവനായി
തൂമന്ദഹാസവും തൂകി നില്പൂ
ലോകമേ, നിൻ തിരുസന്നിധിയിൽ.

അമ്മട്ടിലായിരുന്നന്നു കാര്യം
അമ്മട്ടിൽ തന്നെയാണിപ്പൊഴുതും
കാലമവസ്സാനപ്പൂപൊഴിച്ചു
ഓമലേ, താക്കീതു നല്കുവോളം

നമ്മളിതേവിധം തന്നെയാകും
എൻ പ്രിയമെറ്റിൽഡ നീയതോർക്കൂ.

പിന്നെ നീയില്ലില്ല ഞാനുമില്ല
പിന്നെയിരുട്ടാണു വെട്ടമില്ല
എന്നിട്ടും ഭൂമിക്കും ഭൂമിയുടെ
അപ്പുറത്തുള്ള നിഴലുകൾക്കും
അപ്പുറം നമ്മൾതൻ പ്രേമവായ്പിൻ
ഭംഗിയും കാന്തിയും പൂത്തുനില്ക്കും. ■

ഇരുപത്തിനാല്

പ്രണയം പ്രണയം - മേഘമുയർന്നു
മേലേ വാനിൻ കോട്ടകളിൽ
തുണികളലക്കി വെളുപ്പിക്കുന്നൊരു
പെണ്ണാളിൻ ജയഘോഷംപോൽ
എന്തിനുമെന്തു തിളക്കം, മാന-
ത്തെല്ലാമൊറ്റത്താരക പോൽ
കടലും കപ്പലുമൊരു പകലും പി-
ന്നെല്ലാം നാടുകടന്നേ പോയ്!

പോരിക, നീറ്റിൽ കാലാവസ്ഥക-
ളേറ്റീടുന്ന തുടിപ്പുകളെ
കാണുകയവയീ ബ്രഹ്മാണ്ഡത്തിൻ
ചാവികൾ വൃത്താകാരത്തിൽ
പോരിക വേഗം, ക്ഷണഭംഗുരമാം
നീലിമതൻ തീജ്വാലകളെ
സ്പർശിച്ചീടുകയുടനടിയവയുടെ-
യിതളു കൊഴിഞ്ഞു പോം മുമ്പേ.

ഇല്ല വെളിച്ചം അല്ലാതൊന്നും
ഇല്ലീ ദിക്കിൽ, കാറ്റിന്റെ
കരുണ തുറക്കുമിടത്തിൻ വ്യാപ്തി
ധാരാളിത്തഗണം സർവ്വം
പൊങ്ങും പതയുടെയന്ത്യരഹസ്യം
ത്യജിച്ചുപോകും വരെ മാത്രം.

നീലാകാശം സ്വർഗ്ഗാകാശം
അന്തിച്ചോപ്പണിയാകാശം
ബഹുവിധമിങ്ങനെയാകാശങ്ങൾ
അവയേകുന്നു വിഭ്രാന്തി
വായു വഹിക്കും ശക്തി, കടലി-
ന്നടിയിലെ ഗൂഢതതൻ താക്കോൽ
നന്നെ ഞെരുക്കം ഇവയെദ്ദിവ്യം
എന്നു വിളിക്കാനിനിയുലകിൽ. ■

ഇരുപത്തിയഞ്ച്

നിന്നെ ഞാൻ സ്വന്ത-
മാക്കുന്നതിൻ മുമ്പെനി-
ക്കൊന്നുമുണ്ടായിരുന്നില്ല മിന്നൽ
ചുറ്റിത്തിരിഞ്ഞു
തെരുവിലങ്ങിങ്ങു ഞാൻ
മറ്റു വസ്തുക്കൾക്കിടയിലൂടെ
ഒന്നുമെൻ ചിന്താ-
വിഷയമായ് തീർന്നില്ല
ഒന്നിലുമാസ്ഥയുണ്ടായതില്ല
കാത്തുനിന്നിമ്മട്ടു
ചുറ്റിയടിക്കുന്ന
കാറ്റിനാൽ തീർത്തതായുള്ള ലോകം.

ചാരം നിറഞ്ഞ
മുറികളും പൗർണ്ണമി-
ച്ചന്ദ്രനുറങ്ങും തുരങ്കവും ഞാൻ
നന്നായറിഞ്ഞു
പരുക്കനാം പാണ്ടിക-
ശാല മുരണ്ടു: പുറത്തു പോകൂ
മർക്കടമുഷ്ടി
പിടിക്കുന്ന ചോദ്യങ്ങ-
ളൊക്കെയും ബാക്കി പൊടിമണലിൽ.

എല്ലാം വെറും പൊള്ള
നീർജ്ജീവം, നീരവം
എല്ലാം ക്ഷയോന്മുഖം, ചീഞ്ഞളിഞ്ഞ-
തെല്ലാമുപേക്ഷിച്ചു

കൈയൊഴിയേണ്ടവ-
യെല്ലാം പൊരുത്തപ്പെടാത്തതല്ലോ.

മറ്റൊരാൾക്കുള്ള-
താണെല്ലാമല്ലെങ്കിലോ
മറ്റാർക്കുമുള്ളതല്ലൊന്നുമൊന്നും
നിന്റെ സൗന്ദര്യവും
നിന്റെ ദാരിദ്ര്യവും
സമ്മാനദാനസമൃദ്ധിയാലേ
ആകെക്ഷയോന്മുഖ-
മായ ശരൽക്കാല-
മോമലേ, തിങ്ങി നിറയുവോളം. ■

ഇരുപത്തിയാറ്

'ഇക്വിക്യു'[1]വിന്റെ പേടിപ്പെടുത്തും
ഇപ്പുളിനനിറത്തിനോ പിന്നെ
ദൂരെ 'ഗോട്ടിമല'[2]യുടെയുൾക്കടൽ
'റിയോ ഡൾസി'[3]നോ ഗോതമ്പു തീർത്ത
നിന്റെ രൂപത്തെ സംപുഷ്ടിയാർന്ന
നിന്റെ മുന്തിരിക്കൊത്ത വടിവിനെ
ആ മനോഹരഗിത്താർമുഖത്തെ
ആയതില്ലല്ലോ മാറ്റിമറിക്കാൻ.

ഹാ, ഹൃദയ, മെൻ സ്വന്തഹൃദയം,
മൂകതകൾക്കു മുമ്പേയറിഞ്ഞു
മുന്തിരിവള്ളി ചുറ്റിപ്പിണഞ്ഞു
തിങ്ങിവിങ്ങും മലകളിൽനിന്നും
വിസ്തൃതമാം 'പ്രയറി'[4]പ്രദേശ-
പ്ലാറ്റിനത്തിന്റെ ശൂന്യതയോളം
ഏതു സംശുദ്ധഭൂദൃശ്യമാട്ടെ
ഭൂമി നിന്നെയനുകരിക്കുന്നു.

കുന്നുകളുടെ നാണിച്ച ധാതു-
ഹസ്തമെന്നാലവകൾക്കുപോലും

---

1. Iquique: ചിലിയുടെ വടക്കൻമേഖലയിലെ ഒരു കടലോരനഗരം, ടൂറിസ്റ്റു കേന്ദ്രം.
2. Guatemala: വടക്കേ അമേരിക്കയിൽ മെക്സിക്കോയുടെ തെക്കുഭാഗത്തുള്ള ഒരു ചെറുരാജ്യം.
3. Rio Dulse: ഗോട്ടിമലയിലെ 'സ്വീറ്റ് റിവർ' എന്നു വിളിപ്പേരുള്ള ഒരു നദി.
4. Prairies: വടക്കേ അമേരിക്കയിലെ അതിവിശാലമായ പുൽമൈതാനം.

അങ്ങു ദൂരെ റ്റിബെറ്റിൽ നിറയും
മഞ്ഞിനും പ്രിയേ, പോളണ്ടിലുള്ള
കല്ലിനും തെല്ലുമായില്ല നിന്റെ
രൂപകാന്തിയെ മാറ്റിമറിക്കാൻ.

നൽക്കളിമണ്ണ്, ഗോതമ്പുപാടം,
ഗിത്താർ പിന്നെ ചിലിയൻ പഴങ്ങൾ
നേരറിയുന്നിവ, യിവയ്ക്കുള്ള
നിന്നിലെ സ്ഥാനമെന്തെന്നറിവൂ
അക്കിരാതമാം ദൂരസ്ഥചന്ദ്ര-
ന്നിച്ഛ നിന്നിൽ ചുമത്തുകയല്ലോ
ഇന്നു നിന്നിലവരുടെ സ്വീയ-
സ്വത്തിനായി പൊരുതുകയല്ലോ. ■

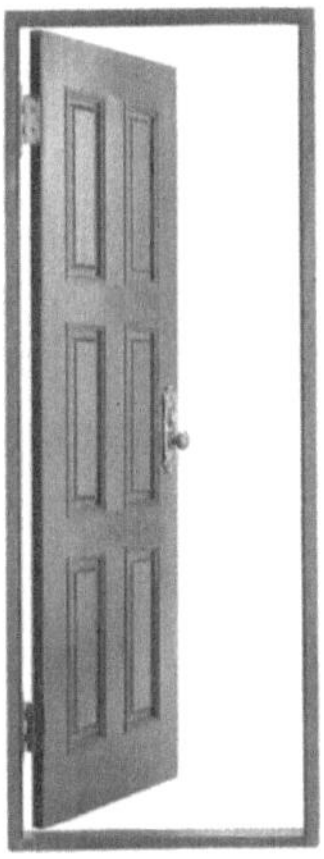

ഇരുപത്തിയേഴ്

നിന്റെ നഗ്നതയെന്തനാർഭാട-
മെന്തു സ്വച്ഛം മനോഹരം
എത്ര കോമളം മൺമയം നിന്റെ
സ്നിഗ്ദ്ധമാം കരതാരുപോൽ
എത്ര ഹ്രസ്വം, സുതാര്യം, വർത്തുളം
നിന്നിലെ ചന്ദ്രലേഖകൾ
വർണ്ണഭംഗികൾ തിങ്ങിവിങ്ങുന്ന
നിന്നിലെയാപ്പിൾവീഥികൾ
നീയതിലോല, മുഗ്ധയാം നഗ്ന-
സ്വർണ്ണഗോതമ്പുമാതിരി.

നഗ്നയായ നീ ക്യൂബയിലൊരു
നീലരാവുപോലങ്ങനെ
നിൻ മുടിക്കെട്ടിൽ മുന്തിരിവള്ളി,
വെള്ളിത്താരവുമങ്ങനെ
നഗ്ന നീയതിമാത്രയായ്, പീത-
വർണ്ണകാന്തിയാർന്നങ്ങനെ
കത്തും വേനലിൽ കാഞ്ചനപ്രഭ-
യ്ക്കൊത്ത പള്ളി നീയങ്ങനെ.

വർത്തുളം, സൂക്ഷ്മം ചെമ്പനീരൊളി
ചേർന്ന നിൻ നഖമെന്നപോൽ
സൂര്യശോണിമയെത്തിടും വരെ
നഗ്നയാം പരിക്ലാന്ത നീ
ഭൂവറയ്ക്കുള്ളിലേക്കു താൻ സ്വയം
പൂകിടുന്നവൾ മറ്റൊരാൾ.

സംഘഗാനവും വസ്ത്രശിഷ്ടവു-
മൊത്തു ചേർന്ന തുരങ്കമായ്
നിന്റെ നേർമയോടൊപ്പമൊട്ടൊട്ട-
ഴിഞ്ഞുവീണ തുകിലുകൾ
നിന്റെ നഗ്നകരങ്ങളിലേക്കു
വീണ്ടുമെത്തുകയാണല്ലോ. ■

ഇരുപത്തിയെട്ട്

വിത്തിൽനിന്നും വിത്തിലേക്കും
ഓമലാളേ, ദൂരെദൂരെ
ഗ്രഹമൊന്നിൽനിന്നും വേറെ
ഗ്രഹത്തിലേക്കും
പകൽപോലും കണ്ടകങ്ങൾ
മുറ്റിനില്ക്കും രാത്രിയിലും
കറുകറെ കറുപ്പാർന്ന
രാഷ്ട്രത്തിലൂടെ
കാറ്റതിന്റെ വലയുമായ്
രക്തപങ്കിലപാദ-
രക്ഷയുമായെങ്ങും ചുറ്റി-
യടിച്ചു കേറി.

എവിടൊക്കെ നമ്മൾ പോയോ
ദ്വീപാകട്ടെ, പാലമാട്ടെ
അവിടൊക്കെ പറപറ-
ന്നകന്നു പോകും
ശരൽക്കാലഫിഡിലുകൾ
കണ്ടു നമ്മൾ, വെടിയുണ്ട-
ക്കസെവണിയാഹ്ലാദത്തിൻ
പ്രതിധ്വനികൾ
കേട്ടു നമ്മൾ വൈൻ ഗ്ലാസ്സിൻ
വക്കിൽ, നമ്മെ തടഞ്ഞല്ലോ
സങ്കടങ്ങൾ കണ്ണുനീരിൻ
പാഠങ്ങളോടെ.

കാറ്റു ചാട്ടവാറടിച്ചു
റിപ്പബ്ലിക്കിലൂടെ, യതിൻ
ഗർവ്വിഷ്ടമാം കൂടാരത്തിൽ,
മഞ്ഞിനോടൊക്കും
അതിൻ മുടിക്കെട്ടിലതിൻ
വേലയ്ക്കെല്ലാ പൂവുകളും
അതു തിരിച്ചേകും പിന്നീ-
ടൊരു ദിനത്തിൽ.

എന്നാലാകെ കൊഴിഞ്ഞുപോം
ശരത്ക്കാലം ലവലേശം
സ്പർശിച്ചില്ല ഞങ്ങളെ-
യീയുറച്ച മണ്ണിൽ
ഒരു സ്നേഹം മുളപൊട്ടി
വളർന്നതു യഥാവിധി-
യധികാരമേറി, ശുദ്ധ-
തുഷാരം പോലെ. ■

ഇരുപത്തിയൊമ്പത്

അന്നത്തെ ദൈവങ്ങൾ
വീണു മരിച്ചവർ
അങ്ങനെ ജീവിത-
പാഠം പഠിച്ചവർ
പോയതിൽപ്പിന്നെ, ഭൂ-
കമ്പവും ശൈത്യവും
കേറിച്ചവിട്ടി
മെതിച്ചൊരാ ഭൂമിക
ഞങ്ങൾക്കു നേർച്ചയായ്
കിട്ടിയതാണതിൽ
തെക്കുതെക്കുള്ളൊരു
ദാരിദ്ര്യശുഷ്ക്കമാം
ഗേഹത്തിൽനിന്നും
വരുന്നവളാണു നീ.

നീയേ കരിദിന-
ത്തിന്റെയശ്വം പ്രിയേ,
നീ കരിമണ്ണിന്റെ
നീടുറ്റ ചുംബനം
നീ കളിമണ്ണിന്റെ
പോപ്പി, തെരുവിലൂ-
ടെങ്ങോ പറന്നുപോ-
മന്തിപ്പിറാവു നീ
ക്ലേശബാല്യങ്ങളിൽ
നിന്നുള്ള കണ്ണുനീർ-

ത്തീരങ്ങൾ, നമ്മൾ
ദൂര മൂത്ത രണ്ടു പേർ.

നീ, കുഞ്ഞേ, നിന്റെ
ദാരിദ്ര്യദുഃഖങ്ങളെ
നിൻ മൃദുചിത്തത്തി-
നുള്ളിൽ മറച്ചു നീ
പാദങ്ങൾ രണ്ടും
പരുക്കനാം പാറകൾ-
ക്കേറെ പരിചിത-
മായിരുന്നില്ലയോ
അപ്പവും സ്വാദുള്ള
ഭോജ്യവസ്തുക്കളും
അന്നാളിലുണ്ടായി-
രുന്നില്ലശിക്കുവാൻ.

നിർദ്ധനമായൊരാ
തെക്കുദിക്കിൽനിന്നു-
മെത്തി നീ, യീ ദിക്കിൽ
നിന്നെന്റെ പ്രാണനും
അങ്ങെഴുമുന്നതാ-
കാശത്തിലപ്പൊഴും
നിന്നമ്മയെന്നമ്മയും
ചേർന്നു വസ്ത്രങ്ങൾ
തല്ലിയലക്കുന്നതു
മൂലമല്ലയോ
നിന്നെത്തിരഞ്ഞെടു-
ത്തെൻ കൂട്ടുകാരിയായ്. ■

മുപ്പത്

നിന്റെ നിബിഡകാർ-
കുന്തളം ദ്വീപിലെ
ലാർച്ചുവൃക്ഷത്തിന്റേ-
തായിരിക്കാം.
നിൻ ത്വക്കു നിർമ്മിച്ച-
തേതു കാലത്തിന്റെ
എത്ര നൂറ്റാണ്ടിനാ-
ലായിരിക്കാം.
നിൻ രക്തവാഹിനി
കാട്ടുതടികൾത-
ന്നാഴിയെയാകെ-
യറിഞ്ഞിരിക്കാം.
പച്ചരക്തം വാനിൽ
നിന്നും സ്മരണയി-
ലിറ്റിറ്റു വീണവ-
യായിരിക്കാം.

വെള്ളത്തിലേറെ
ബഹുലീകരിച്ചിടും
കയ്പാർന്ന നൂതന-
സൂര്യദീപ്തി
ആയതിൻ വേരുകൾ
തന്നിൽനിന്നും നഷ്ട-
മാനസം വീണ്ടെടു-
ത്തില്ലൊരാളും.

എന്റെ നിഴലിനെ
പിൻതുടരാതുള്ള
ജീവിതമങ്ങു-
ണ്ടവിടെത്തന്നെ.

തൂവലാൽ, വൃക്ഷ-
ത്തടികളാൽ നിർമ്മിച്ച
ചാരുകിരീടം
ശിരസ്സിലേന്തി,
ആൾക്കൂട്ടമുള്ളതാം
തെക്കിലെ ദ്വീപിൽനി-
ന്നായിരിക്കാം പ്രിയേ,
നീയുയർന്നു.
ഒഴുകി നീങ്ങിടുന്ന
കാനനാന്തങ്ങളിൽ
വഴിയും പരിമള-
മാസ്വദിപ്പൂ.

കാടകത്തുണ്ടെന്നു
ഞാനറിഞ്ഞീടുന്നൊ-
രേറെ കറുകറു-
പ്പാർന്ന മാധ്വി
കണ്ടെടുത്തേ, നൊന്നു
തൊട്ടേ, നതാര്യമാം
പൂവിതൾക്കൊക്കും
കടിപ്രദേശം,
ഒപ്പം പിറന്നെന്റെ-
യന്തരാത്മാവിനെ
കെട്ടിച്ചമച്ച
കടിപ്രദേശം. ■

മുപ്പത്തിയൊന്ന്

എന്റെയസ്ഥിക്കുള്ളിൽ വാഴും
കൊച്ചുറാണിയാളെ നിന്നെ
തെക്കുദിക്കിൽനിന്നു വന്ന
'ലൌറലി'[1]ന്റെ പിന്നെ ദൂരെ
'ലോട്ട'[2]യിൽ നിന്നെത്തിയതാം
'ഒറിഗനോവി'[3]ൻ പൂക്കിരീടം
ചാർത്തിടട്ടെ, ഭൂമിദേവി
പച്ചിലയാൽ പൂവുകളാൽ
ഇക്കിരീടം നിന്നെയോർത്തു
തീർത്തതാണേ ചൂടുക നീ
ഈ മകുടമെന്യേ നിന്റെ
ജീവിതമില്ലോമലാളേ.

നിന്റെയിഷ്ടതോഴനെപ്പോൽ
നീ ഹരിതമണ്ഡലത്തിൽ
നിന്നു വന്നതല്ലേ, യങ്ങു
നിന്നു നമ്മൾ കൊണ്ടുവന്ന
നൽക്കളിമണ്ണല്ലയോ, യി-
ന്നോടിടുന്നു നിൻ സിരയിൽ

---

1. Laurel: ഒരു നിത്യഹരിതകുറ്റിച്ചെടി. ഇതിന് സുഗന്ധിയായ ഇലകളാണുള്ളത്.
2. Lota: ചിലിയുടെ പസഫിക് തീരത്തുള്ള ഒരു നഗരം. ഔഷധസസ്യങ്ങൾക്ക് കേൾവി കേട്ടതാണ് ഈ പ്രദേശം.
3. Oregano: കർപ്പൂരതുളസി വിഭാഗത്തിൽപെട്ട ഒരിനം സസ്യം. സുഗന്ധിയായ ഇതിന്റെ ഇല കറികൂട്ടുകളിൽ ചേർക്കുന്നു.

ഗ്രാമവാസികളെന്നപോലെ
നാമലഞ്ഞീ പട്ടണത്തിൽ
നാം കുഴങ്ങി, നാം ഭയന്നു
നമ്മളെത്തും മുമ്പേയന്തി-
ച്ചന്ത പൂട്ടിക്കാണുകില്ലേ?

ആളൊഴിഞ്ഞു പോവുകില്ലേ?
നിൻ നിഴലിനു പ്ലംപഴത്തിൻ
നറുമണമാണോമലാളേ
നിൻ മിഴിതൻ വേരു സർവ്വം
തെക്കു ദിക്കിൽ പൂണ്ടിരിപ്പൂ
നിൻ ഹൃദയം വെൺകളിമൺ-
പ്രാവു, കളിക്കോപ്പുപോലെ.

നീറ്റിലെക്കല്ലെന്നപോലെ
നിന്റെ മേനിയെത്ര സ്നിഗ്ദ്ധം
നിന്റെ ചുംബനമതിമധുര-
ഫലഗണം, തുഷാരശുദ്ധം
നിന്നരികിൽ ഞാനിരിക്കേ
മന്നിടത്തിൽ ഞാനിരിപ്പൂ. ■

മുപ്പത്തിരണ്ട്

ഇപ്രഭാതത്തിലാ വീട്- അതിൻ
സത്യകവചങ്ങളോട്
പിന്നെ പുതപ്പോട്, തൂവ- ലോടും
കൂടി ദിനം തുടങ്ങുന്നു.
ആർഭാടമില്ലാത്തതായ- ചെറു-
നൗകയൊഴുകുന്നിപ്പോഴും
നിദ്ര, ക്രമബദ്ധചക്ര- വാളം
എന്നിവതന്റെയിടയിൽ.

വസ്തുക്കളെ വലിച്ചാകെ- ക്കൊണ്ടു
പോകുവാൻ മാത്രമാണെല്ലാം.
പൈതൃകം, കാലടയാളം,- സമ-
ശീർഷനായുള്ളനുഗാമി.
സങ്കുചിതസ്വരമെല്ലാം- കട-
ലാസ്സു മറച്ചുവെയ്ക്കുന്നു;
ഇന്നലെ നീണ്ടുപോകട്ടെ- എന്നേ
കുപ്പിയിൽ വീഞ്ഞിന്റെയിഷ്ടം.

എങ്കിലോ, നിങ്ങൾ കാര്യങ്ങൾ- നേരെ-
യാക്കുന്നവൻ, മന്ദചേഷ്ടൻ
തേനീച്ചപോലെയിരുട്ടിൽ- നീയേ
നിന്നിടം തേടിയലഞ്ഞു.
വെട്ടത്തിനെക്കീഴടക്കി- നീ നിൻ
വെൺനിറയൂർജ്ജത്തിനാലെ.

അങ്ങനെ നിർമ്മിച്ചിടുന്നു- പുത്തൻ
വ്യക്തതയിങ്ങിതാ നിങ്ങൾ,
ജീവിതക്കാറ്റടിക്കുന്നു- വസ്തു-
വേതും വിധേയമാകുന്നു.
ചട്ടങ്ങൾ സ്ഥാപിച്ചിടുന്ന- തിന്റെ
അപ്പവും പിന്നെ പിറാവും. ■

ഭാഗം രണ്ട്
അപരാഹ്നം

മുപ്പത്തിമൂന്ന്

ഓമലാളേ, നമ്മളിപ്പോൾ
പോയിടുന്നു വീട്ടിൽ,
മുന്തിരികൾ പാടുപെട്ട-
തിന്റെ ചട്ടക്കൂട്ടിൽ
ഏന്തിവലിഞ്ഞങ്ങവിടെ-
യേറിടുന്ന ദിക്കിൽ,
ഗ്രീഷ്മകാലം തേനൊലിക്കും
പാദമോടെതന്നെ
നിന്മണിയറയിൽ നിന്റെ
മുമ്പുതന്നെയെത്തും.

രൂപശൂന്യമധുബിന്ദു-
വാകു, മാർമീനിയ[1]
പച്ചപ്രാവാം സിലോൺ[2] പിന്നെ
സർവ്വംസഹയായി
രാപകലു വേർതിരിക്കും
യാങ്ടീസി[3]യുമല്ല
നമ്മളുടെയസ്ഥിരമാ-
മുമ്മ ലോകം ചുറ്റി.

1. Armenia: ഏഷ്യയുടെയും യൂറോപ്പിന്റെയും മദ്ധ്യേ കാക്കസസ് പർവത മേഖലയിൽ കിടക്കുന്ന ചെറുരാജ്യം. പഴയ സോവിയറ്റ് റിപ്പബ്ലിക്കുകളിൽ ഒന്ന്.
2. Ceylon: ഇന്നത്തെ ശ്രീലങ്കയുടെ പഴയ പേര്. ബ്രിട്ടിഷ് ഭരണകാലത്തും അതിന് ശേഷവും 1972 വരെ ഈ പേര് നിലനിന്നിരുന്നു.
3. Yangtze: ചൈനയിൽകൂടി മാത്രം ഒഴുകുന്ന നദി. ഏറ്റവും നീളം കൂടിയ ഏഷ്യയിലെ ഒന്നാമത്തെയും ലോകത്തിലെ മൂന്നാമത്തെയും നദി.

പടപടധ്വനിയുയർത്തു-
മർണ്ണവത്തിലൂടെ
ദൂരെയുള്ള വസന്തത്തിൻ
കൂടണയാൻ സ്വന്തം
കോട്ടയിലേക്കന്ധരാകും
രണ്ടു കിളി പോലെ
പോകയാണ് നമ്മൾ രണ്ടു-
മോമലാളേ, മെല്ലെ.

വിശ്രമിക്കാതവിരാമ-
മായ് പറന്നുപോകാൻ
ആവുകില്ല പ്രണയത്തി-
ന്നാകയാൽ കടലിൻ
പാറയിലെ കോട്ടയിലേ-
ക്കായ് മടങ്ങിടുന്നു.
നമ്മളുടെയുമ്മകൾതൻ
വീട്ടിലേക്കു മന്ദം. ■

മുപ്പത്തിനാല്

നീയാണ് കടലിൻ പുത്രി
'ഒറേഗണോ'[1]വിൻ ഫസ്റ്റ് കസിൻ
നീന്തൽക്കാരി, യെത്ര സംശുദ്ധം
നിന്റെ മെയ് ജലമെന്നപോൽ
രസികത്തി, നിന്റെ രക്തം
അതിവേഗം രസഭൂമിപോൽ
നിന്റെ കൈതൊട്ടതെന്തെന്തും
പുഷ്പാകീർണ്ണം, മനോഹരം.

നിന്റെ നീൾമിഴിയെത്തുന്ന-
ന്തതു വെള്ളത്തിലാകിലും
അന്തഃസ്വാന്തമുയർന്നീടും
അവിടെ തിരമാലകൾ
നിന്റെ കൈയ് ചെന്നുപോയെന്നാ-
ലേതു ഭൂമികയാകിലും
സാന്ദ്രമൂലം, ജലോദാരം
സാകാരക്കളിമണ്ണുപോൽ.

നിന്നെ ഛിന്നഭിന്നമാക്കി
വൈഡൂര്യമെന്നമാതിരി
ഛേദിച്ചു വേർപെടുത്തീടാ-
മെങ്കിലും ജലദേവതേ,
കുൾനിയിൽ നീയുയിർക്കൊണ്ടു
നവയൗവ്വനമാർന്നിടും

---

1. Oregano: കർപ്പൂരതുളസി വിഭാഗത്തിൽപ്പെട്ട ഒരിനം സസ്യം. സുഗന്ധി യായ ഇതിന്റെ ഇല കറിക്കൂട്ടുകളിൽ ചേർക്കുന്നു.

ഇമ്മട്ടിലെന്തിനേയും നീ
ജീവനുള്ളവയാക്കിടും.

അങ്ങനെ, യൊടുവിൽ പിന്നെ-
യെന്റെ കൈവലയത്തിൽ നീ
ഛായാരഹിതയായ് സ്വയം
വീണു മന്ദമുറങ്ങയായ്
അത്തവ്വിൽ നിന്റെ സ്വപ്നത്തിൽ
എത്തിടും രൂപമിങ്ങനെ:
സസ്യാഹാരം, കടൽക്കള,
ഓഷധിയിവയൊക്കെയും. ■

മുപ്പത്തിയഞ്ച്

പകലിലേക്കെന്റെ
മിഴികളിൽനിന്നും
പറന്നുപോയ് നിന്റെ
ഇരുകരങ്ങളും.
വെളിച്ചം വന്നണ-
ഞ്ഞതു തുറന്നൊരു
കുളുർത്ത ചെമ്പനീ-
രലർവാടി മുന്നിൽ.
അമൂല്യവൈഡൂര്യ-
വിശിഷ്ടരത്നത്തിൻ
പരമഭംഗിയിൽ
പണിത ശിൽപമാം
മധുപൻതന്നുടെ
വസതി മാതിരി
മിടിച്ചിതാ മണ്ണും
അതുവിധം വിണ്ണും.

തവ കരങ്ങളോ
ഒരേയൊരക്ഷര-
മതിൽ തൊടുന്നതു
ധ്വനിക്കയായ് മണി-
മുഴക്കം മാതിരി,
തൊടുന്നു കോപ്പയിൽ
തൊടുന്നിതാ മഞ്ഞ
നിറം ചേരു, മെണ്ണ
നിറഞ്ഞ വീപ്പയിൽ

മലരിതളിലും
ജലധാരയിലു-
മതിലുപരി, ഹാ
പ്രിയേ, പ്രണയ, മീ
പ്രണയകോരിക-
യ്ക്കൊരു കാവലാളായ്
പവിത്രമക്കരം!

അപരാഹ്നം കഴി-
ഞ്ഞതീവശാന്തമായ്
ഇരവു തെന്നിവീ-
ണുറങ്ങും മർത്ത്യനു
മുകളിൽ തേനീച്ച-
യതിന്റെ ദിവ്യമാം
പുറംതോടിൽനിന്നും
ശിഥിലമാക്കിത്തൻ
കിരാതമായിടും
വിഷാദസൗരഭ്യം.

പ്രിയേ, ചിറകടി-
ച്ചുടനെ നിൻ കരം
പറന്നക, ന്നതു
ചിറകൊതുക്കവേ
അതിന്റെ തൂവലു-
മതിനു നഷ്ടമായ്
വെറുതെയങ്ങനെ
നിനച്ചുപോയി ഞാൻ
മിഴിക്കുമേലിരുൾ
വിഴുങ്ങി സർവ്വവും! ■

മുപ്പത്തിയാറ്

എൻ കരളേ, മധുകോശം
ധാന്യപ്പുരയിവയുടെ
റാണിയാളേ, ചരടിലെ
ചെറുപുലിയും
ഉള്ളിയും; നിൻ തിളങ്ങുന്ന
ചെറുചിത്രസാമ്രാജ്യത്തെ
ശ്രദ്ധയോടെ നോക്കിക്കാണാ-
നിഷ്ടപ്പെടുന്നു.
പ്രിയതമേ, യെനിക്കേറ്റ-
മിഷ്ടമാണ് നിന്റെ മെഴു-
കായുധങ്ങൾ, മുന്തിരിച്ചാർ,
പിന്നെയെണ്ണയും.

വെള്ളുള്ളിയും മണ്ണും നിന്റെ
കരങ്ങൾക്കായ് തുറന്നു, കൈ-
യ്ക്കുള്ളിൽ നീലവസ്തുവാകെ
ജ്വലിച്ചിടുന്നു.
സ്വപ്നങ്ങൾതൻ പരകായ-
പ്രവേശനം സലാഡിലേ-
ക്കുദ്യാനത്തിൻ നനക്കുഴൽ
പാമ്പുപോൽ ചുറ്റി.

പരിമളമുയർത്തീടു-
മരിവാളിനൊപ്പം നീയും
സോപ്പുപതമുഴകളോ-
ടൊപ്പമുള്ള നീ

എന്റെ വെറി പിടിച്ചീടു-
മേണികളും പടികളും
എന്റെയോമലാളേ, അവ
നീ കയറുന്നു.

എന്റെ കൈയക്ഷരങ്ങളി,-
ലതിൻ സവിശേഷതയിൽ
നിന്റെ കോയ്മ നീയേ സ്വയം
നേടുകയല്ലോ.
എന്റെ നോട്ടുപുസ്തകത്തി-
ലതിനെഴുമേടുകളിൽ
തങ്ങിനിൽക്കും മണൽത്തരി-
യോരോന്നിലും നീ
നഷ്ടാക്ഷരത്താളുകളെ
കണ്ടെത്തുകയാണവകൾ
നിന്റെ വായയന്വേഷിച്ചോ-
ട്ടലഞ്ഞിരുന്നു. ■

മുപ്പത്തിയേഴ്

ഓ, പ്രിയേ, യുൾഭ്രമ-
മാർന്ന സൂര്യാംശുവും
ധൂമ്രവർണ്ണാങ്കിത-
ഭൂതോദയങ്ങളും
നീയെന്നിലേക്കു
വരുന്നു തണുപ്പാർന്ന
നിന്റെയേണിപ്പടി
കേറിയുമങ്ങനെ.
കാലം സ്വയം മൂടൽ-
മഞ്ഞാൽ കിരീടമൊ-
ന്നാരചിച്ചേകിയി-
ട്ടുള്ളൊരു കോട്ടയും
ബന്ധിതമായൊരു
മാനസത്തിന്നെഴും
മന്ദപ്രഭയുള്ള-
തായ ചുമരുകൾ.

മറ്റാരറിയുവാൻ
ലാളിത്യമൊന്നിനേ
പറ്റുകയുള്ളിതു
ചെയ്യുവാനിങ്ങനെ.
പട്ടണമെന്നപോ-
ലത്രമാത്രം ബല-
പ്പെട്ടതാകും പരൽ-
ച്ചില്ലു നിർമിക്കുവാൻ
കോരിച്ചൊരിയുന്ന

ചോര തുറക്കുന്നു
തീരാത്ത ദുഃഖ-
ത്തുരങ്കമാരോമലേ!

എന്നാലതിൻ ബലം
ശീതകാലത്തിന്റെ
മേലധികാരിയായ്
തീർന്നില്ലൊരിക്കലും:
ആകയാലോമലേ,
നിൻ മുഖം നിൻ തനു,
നിന്റെ ദുഃഖങ്ങളും
നിന്റെ വെളിച്ചവും
മാരിതൻ ധന്യ-
സമ്മാനങ്ങളൊക്കെയും
ജീവിതപൈതൃക-
സ്വത്തുക്കളല്ലയോ?

ഗർഭസ്ഥവിത്തുക-
ളൊക്കെ വഹിപ്പതും
ഉത്ഥാപനം ചെയ്തു
നില്പതുമിങ്ങനെ,
ഭൂമിഗൃഹത്തിലെ
മുന്തിരിച്ചാറിന്റെ
ഉള്ളിലൊതുങ്ങിയ
ചണ്ഡവാതങ്ങളും
മണ്ണിന്നടിയിലെ
ധാന്യമണിക്കുള്ള
ഉത്തപ്തമാകും
പ്രകാശഭാവങ്ങളും! ■

മുപ്പത്തിയെട്ട്

നിന്റെ വീടിന്റെയാരവമുച്ച-
ത്തീവണ്ടിയെന്ന മാതിരി
മൂളിപ്പാടുന്നു തേനീച്ച, കാല-
മാലപിക്കുന്നു സംഗീതം,
എന്തു ലോലമഴ പൊഴിഞ്ഞെന്ന
സൂചികയൊരുക്കീടുന്നു
നീർപ്പതനം; നിൻ പുഞ്ചിരി നെയ്യും
കമ്പിതം പനയെന്നപോൽ.

പാടിടും കമ്പിസന്ദേശമേന്തി
ഗ്രാമബാലകനെന്നപോൽ
എത്തിച്ചേരവേ ഭിത്തിതൻ നീല-
വെട്ടം പാറയോടോതുന്നു
രണ്ടത്തിമരംതന്നിടയിലെ
കുന്നു കേറി നിശ്ശബ്ദമാം
പാദരക്ഷയിൽ മർമ്മരവുമായ്
'ഹോമർ'[1] വന്നണഞ്ഞീടുന്നു.

ഇവിടെയീപ്പട്ടണത്തിലില്ലൊരു
നാദവും പിന്നെ വായയും
കഠിനചിത്തങ്ങളിവിടെയില്ലല്ലോ
ഇവിടെയില്ല 'സൊനാറ്റോ'[2]യും

---

1. Homer: ഇലിയഡ്, ഒഡീസി എന്നീ ഗ്രീക്ക് ഇതിഹാസങ്ങളുടെ കർത്താവ്.
2. Sonata: പിയാനോയുടെ അകമ്പടിയോടെ നടത്തുന്ന ഏകവാദ്യപ്രകടനം.

ഇവിടെയില്ലല്ലോ ഗർജ്ജന, മില്ല-
യിവിടെ ഹോണടിപോലുമേ.
പകരം ശാന്തമായ്, ക്രമനിരയായി
ജലപതനങ്ങൾ, സിംഹങ്ങൾ!

നിന്നുണർവുകൾ, പാട, ലോട്ടങ്ങൾ,
നിൻ നടപ്പു, വളവുകൾ
സസ്യങ്ങൾ, തുന്നൽ, പാചകപ്പണി
ചുറ്റിക, യെഴുത്തെന്നിവ
പിന്മടങ്ങി വരുന്നുവോ, പോയോ?
ശൈത്യകാലമണഞ്ഞുവോ? ■

മുപ്പത്തിയൊമ്പത്

വാടിക്കരിഞ്ഞാകെ
താറുമാറാകിയ
റോസാച്ചെടികളെയെല്ലാം
നിന്നിളംകൈകളാൽ
നീ പരിപാലിച്ചു
വെള്ളമൊഴിച്ചതാണല്ലോ
എങ്കിലോ, കഷ്ടം
മറന്നു ഞാനക്കഥ
അംഗുലിപ്പാടുകളാലേ
പൂവിട്ടവയെല്ലാം
പൂർണ്ണമായ്, [illegible]മായ്
സ്വാഭാവികോജ്ജ്വലമായി.

ഭൂമിയെ നക്കിക്കടിച്ചു-
കൊണ്ടങ്ങനെ
നിന്റെയരുമകളായ
തുമ്പയും നിന്റെ പൂ-
പ്പാലിയും ചുറ്റിലും
നിന്നെയനുഗമിക്കുന്നു.
ഇത്തരം ജോലിയാ-
ണീ നല്ല ഭൂവിനെ-
യിത്രമേൽ സമ്പന്നമാക്കി.
വാടാത്തൊരിപ്പൂ-
ച്ചെടികളെയിങ്ങനെ
തേജോമയങ്ങളുമാക്കി.

തേനീച്ചകൾക്കുള്ള
സ്നേഹമഹത്വങ്ങൾ
നേരുന്നു നിന്നിരുകൈക്കും
കൂട്ടിക്കലർത്തി
സുതാര്യവംശത്തിനെ
ഭൂവിൽ നിൻ കൈകൾ പരത്തി
പൂട്ടിമറിച്ചിട്ട
ഭൂവിടംപോലെയെ-
ന്നുള്ളവും സമ്പുഷ്ടമാക്കി.

ചുട്ടുപഴുത്ത കരിം-
പാറയായ ഞാൻ
പെട്ടെന്നു പാടാൻ തുടങ്ങും
നിന്റെ സ്വനത്തിലെ
കാടകസ്വച്ഛത
ഞാൻ കുടിച്ചുന്മത്തനാകേ
നീയെന്നരികിലേ-
ക്കോടിയണയവേ
നിന്നെപ്പുണർന്നു ഞാൻ നില്ക്കേ. ■

നാല്പത്

ഹരിതവരവർണ്ണ-
മനന്തനിശ്ശബ്ദത
അരിയതരിവെട്ടത്തി-
നെന്തെന്തൊരാർദ്രത
ശബളമയചിത്ര-
ശലഭം കണക്കെ ജൂ-
ണതിരസികമാസം
പ്രകമ്പനം കൊണ്ടുപോയ്!
കഠിനതരമദ്ധ്യാഹ്ന-
വേളയിലൂടെയായ്
പ്രിയസഖി നീ, മെറ്റിൽഡ,
പോയതുമിങ്ങനെ
ശിലനിബിഡസാഗര-
തീരത്തിലൂടെയാ-
പവനഭരിതദക്ഷിണ-
മേഖല പൂകി നീ.

അതികഠിനമെങ്കിലും
നിന്റെ ചുമടൊരു
കുസുമസമലാഘവ-
ത്തോടെ വഹിച്ചു നീ
അതിനിശിതദക്ഷിണ-
വാതമടിച്ചടി-
ച്ചവിടെയെഴുമോരോ
കടൽക്കള കൂടിയും
തവിടുപൊടിയാക്കി-
യുപേക്ഷിച്ചു, വെങ്കിലും

ലവണരസമാകെ-
ക്കരണ്ടു തകർത്ത നിൻ
ഇരുകരവുമെത്രമേൽ
ശുഭ്രം, മണൽപ്പുറ-
ത്തടിയുന്ന പാഴ്ച്ചണ്ടി
വാരി നീയെങ്കിലും.

വിമലതരസമ്മാന-
മേകിയതൊക്കെയും
ഒരു പരിധിയില്ലാതെ-
യിഷ്ടപ്പെടുന്നു ഞാൻ
അവികലമനോഹര-
രത്നങ്ങളൊക്കെയും
തവമൃദുലമേനിയോ-
ടൊക്കും മനോഹരി.
ഖരനഖരമൊക്കെയും
സൂര്യതേജസ്സെഴും
തവകരസമർപ്പിത-
കാഴ്ചവസ്തുക്കളും
മഹിതതരസന്തോഷ-
സീമകൾക്കപ്പുറം
മതികവരുമാമുഖ-
മുല്ലാസപൂരിതം.

കടലിനൊടുചേർന്നത്യ-
ഗാധഗർത്തങ്ങൾതൻ
അരികിലെഴുമെൻ ഗൃഹ-
മേകുന്നതൊക്കെയും
രവരഹിതനിർദ്ദയാ-
കാരമാർന്നെൻ മനം
അതികഠിനദണ്ഡനം
ഭീകരം, ദാരുണം
മറവിയുടെ മാറി-
ലടിഞ്ഞു, മണലിലീ
ക്കടലിനെഴുമുത്തുംഗ-
കൂടാരമൊക്കെയും! ■

നാല്പത്തിയൊന്ന്

വ്യതിരിക്തമായ
കൊടിയ മദ്ധ്യാഹ്നം
അകലെയാകാശ-
ത്തതിൻ സമവാക്യം
ചമച്ചിടുന്നൊരീ
ജനുവരിയെത്ര
പരുക്കൻ കാലമാ-
ണതികഠിനമാം.
സുവർണ്ണമാമൊരു
വൈൻഗ്ലാസ്സിനൊക്കും
വസുന്ധര നീല-
പരിധികൾക്കുള്ളിൽ.

പരുക്കനിക്കാലം,
ചെറിയ മുന്തിരി
ഹരിതമാം കയ്പു-
രസമായ് വാറ്റും പോൽ
നിഗൂഹനപ്പെട്ട
മതിമയക്കുന്ന
പകലിൻ കണ്ണുനീർ
കുലകുലകളായ്
പെരുകിടും മോശം
ദിനാന്തരീക്ഷങ്ങ-
ളവയെ നഗ്നമായ്
നിരത്തുവോളവും!

അതെ: വിത്തിന്നണു,
വ്യഥ, പടപട-
ധ്വനികൾ ചേർന്നുള്ള
ജനുവരിവെട്ടം
ചകിതമാക്കുന്ന
തുടിക്കുന്ന, സർവ്വം
പഴുത്തിടും കത്തി-
പ്പഴുത്ത മാതിരി.

നമുക്കെഴുന്നൊരീ
കുഴപ്പമൊക്കെയും
തകർന്നു തുണ്ടായി-
യകന്നകന്നുപോം.
ഹൃദയം കാറ്റുപോൽ
പരക്കെ വീശിടും.
ഇവിടം, നാമൊക്കെ
വസിച്ചിടുമിടം
പരിശുദ്ധമാകു-
മൊരുകുറികൂടി.
പുതിയ മേശയും
പുതിയ റൊട്ടിയും. ■

നാല്പത്തിരണ്ട്

ദീപ്തിമത്താം ദിനങ്ങൾ ജലത്തിൽ
ആർത്തലച്ചു പതിച്ചലതല്ലി
പീതവർണ്ണമെഴുന്ന ശിലതൻ
തീക്ഷ്ണമുൾവശമെന്നതുപോലെ
എത്ര ഭാസുരം തേനെന്ന മട്ടിൽ
എത്രയാണു കുഴപ്പമെന്നിട്ടും
നഷ്ടമില്ലതിനൊട്ടുമതിന്റെ
ശുദ്ധി പാവനം കാത്തുസൂക്ഷിച്ചു.

അഗ്നിപോലെ പകലെരിയുന്നു
മക്ഷികയെന്നപോലെയുമാകാം.
പച്ചവേല പുരോഗമിക്കുന്നു
പച്ചിലയിൽ സ്വയമൊളിക്കുന്നു
പച്ചിലതൻ പടർപ്പിന്റെ മേലെ-
യുന്നതങ്ങളിലെത്തുംവരേയും
അങ്ങു തേജസ്വിയാമൊരു ലോകം
ലോലദീപ്തി പൊഴിച്ചു മന്ത്രിച്ചു!

എണ്ണമറ്റതാം ഗ്രീഷ്മകാലത്തിൽ
നീണ്ടുനീണ്ടതാണഗ്നിതൻ ദാഹം
പിന്നെ നാലഞ്ചു പച്ചിലയാലെ
ഏദൻതോട്ടം പണിയുകയല്ലോ
എന്തിനെന്നാലിരുണ്ടൊരീ ഭൂമി-
യ്ക്കിച്ഛയില്ല നരകിച്ചുതീരാൻ.

അഭിലഷിക്കുന്നു: സംശുദ്ധമായ
അഗ്നി, യപ്പവും വെള്ളവുമാർക്കും.
സൂര്യനല്ലാതെ, രാത്രിയല്ലാതെ
ചന്ദ്രനല്ലാതെ, ശാഖയല്ലാതെ
ഒന്നുമുണ്ടാകരുതിജ്ജഗത്തി-
ലിന്നു മർത്യരെ തമ്മിലകറ്റാൻ. ■

നാല്പത്തിമൂന്ന്

വേഗത്തിലോളമടിച്ചിടുന്ന
കാമിനിമാരുടെ കല്ലോലിനി
നിന്നിലും മറ്റുള്ളവരിലും നിൻ
പിന്നടയാളങ്ങൾ തേടുകയായ്,
നിൻ മുടിക്കെട്ടിലും, ലജ്ജയോടെ
താഴുന്ന നിന്റെ മിഴികളിലും
ഫേനപിണ്ഡത്തിന്നിടയിലൂടെ
നിൻ നേർത്ത കാലടി തെന്നി നീങ്ങി.

പെട്ടെന്ന്, ഞാനറിയുന്നെനിക്ക്
പറ്റും നഖങ്ങൾ തിരിച്ചറിയാൻ
ദീർഘചതുരം, ചെറിപ്പഴത്തിൻ
ഭാഗിനേയി, നൽചുറുചുറുക്കും
പിന്നിട്ടു പോകും മുടിയിഴയിൽ
നിൻ പ്രതീകംതന്നെ ഞാനറിവൂ.
സന്തോഷസൂചകമായിയഗ്നി
കത്തുകയാണു ജലാശയത്തിൽ.

ഞാൻ തിരഞ്ഞെങ്കിലും നിന്റെ താളം
നീയൊഴിച്ചാരിലും കണ്ടതില്ല.
കാട്ടിൽനിന്നാവാം നീ കൊണ്ടുവന്ന
ഛായാവൃതമാകുമിപ്രകാശം
നിന്റെ ചെറിയ ചെവിക്കുമാത്രം,
കിട്ടിയിട്ടില്ലതു മറ്റൊരാൾക്കും.

സമ്പൂർണ്ണയാണു നീ, കൃത്യമായയും
സകലവും ചേർന്ന നീയൊന്നുതന്നെ
പോകുന്നു മുന്നോട്ടു നിന്റെ കൂടെ
പോകുന്നൊഴുകി ഞാ, നിപ്രണയം
വിസ്തൃതമാകുമീ 'മിസ്സിസ്സിപ്പി'[1]-
യെത്തിടും സ്ത്രീയാം സമുദ്രമൊന്നിൽ. ■

1. Mississippi: അമേരിക്കൻ ഐക്യനാടുകളിലെ വിഖ്യാതമായ നദി.

നാല്പത്തിനാല്

നീയൊന്നറിയണം നിന്നെ- തീരെ
സ്നേഹിപ്പതില്ല ഞാൻ, പിന്നെ
സ്നേഹിച്ചിടുന്നു ഞാൻ നിന്നെ
അതെന്തുകൊണ്ടാണെന്നോ പൊന്നേ
ഉണ്ടല്ലോ ജീവജാലങ്ങൾക്കെല്ലാം
രണ്ടു വശമതുതന്നെ.
വാക്കിനൊരു വശം മൂകമഗ്നി-
ക്കുണ്ടു തണുത്ത പകുതി.

പ്രേമം തുടങ്ങുവാനായി ഇന്നേ
പ്രേമിച്ചിടുന്നു ഞാൻ നിന്നെ.
വീണ്ടുമപാരമായ് സ്നേഹിക്കേണം
വീണ്ടുമതു തുടരേണം
നിന്നെ ഞാൻ സ്നേഹിച്ചതില്ല പ്രിയേ
ഇന്നോളം ഞാനതുമൂലം.

നിന്നെ ഞാൻ സ്നേഹിച്ചിടുന്നു പിന്നെ
നിന്നെ ഞാൻ സ്നേഹിപ്പതില്ല
ഭാവിതന്നാഹ്ലാദത്താക്കോൽ കൈയിൽ
ഞാനേന്തിടുന്നതുപോലെ
അത്രമേൽ പീഡിതനാക്കാൻ വിധി-
യത്ര കളങ്കിതനാക്കാൻ.

രണ്ടു യാഥാർഥ്യങ്ങളെൻ സ്നേഹത്തി-
നുണ്ടല്ലോ നിന്നെ സ്നേഹിക്കാൻ
നിന്നെ ഞാൻ സ്നേഹിച്ചിടാത്തപ്പോഴും
സ്നേഹിപ്പു ഞാനതുമൂലം
പിന്നെ ഞാനെന്തുകൊണ്ടെന്നോ നിന്നെ
സ്നേഹിച്ചിടുമ്പോൾ സ്നേഹിപ്പൂ! ■

നാല്പത്തിയഞ്ച്

ദൂരെദൂരെക്കൊരു ദിനം-
പോലും പ്രിയേ, പോകരുതെൻ
ചാരെ നിന്നുമതു പക്ഷേ-
യെന്തുകൊണ്ടെന്നാൽ
എന്തുകൊണ്ടെന്നാലെനിക്കു,
പറയുവാനറിയില്ല,
എന്തു നീളമേറിയതാ-
ണൊരു ദിവസം.
ആളൊഴിഞ്ഞ സ്റ്റേഷനൊന്നിൽ
ഓമലാളേ, നിന്നെക്കാത്തു
ഞാനിരുന്നു മുഷിയവേ
തീവണ്ടിയെല്ലാം
വേറെയെങ്ങോ ദൂരദിക്കിൽ
നിർത്തിയിട്ടിരിക്കയല്ലോ
ഏറും സുഖസുഷുപ്തിയിലാ-
ണവകളെല്ലാം.

എന്നെ വിട്ടുപോകരുതേ
നീയൊരൊറ്റ നാഴികയാ-
ണെങ്കിൽപോലുമതു പക്ഷേ-
യെന്തുകൊണ്ടെന്നാൽ
ചെറുചെറുതുള്ളികളാ-
മെന്റെ ദുഃഖം മുഴുവനും
പെരുവെള്ളമായെന്നുള്ളി-
ലൊഴുകിയെത്തും

ആലയത്തിനായലയും
പുകയെല്ലാം മെല്ലെമെല്ലെ
ആടലേറ്റാനെന്നിൽ വന്നു
കുമിഞ്ഞുകൂടും
ഒക്കെയതു പിന്നെയെന്റെ
പരാജിതഹൃദയത്തെ
ഞെക്കിഞെക്കിഞെരിച്ചെന്നെ
വശം കെടുത്തും.

ഏറ്റം പ്രിയമുള്ളവളേ,
ഒരു മാത്രപോലും പ്രിയേ,
എന്നെ വിട്ടുപിരിഞ്ഞക-
ന്നിരിക്കരുതേ
നിന്റെ ഛായാരൂപം കട-
ലോരത്തുനിന്നൊരിക്കലും
എന്റെയോമലാളേ, മങ്ങി
മറയരുതേ
ശൂന്യമായ വിദൂരത-
തന്നിൽ നിന്റെ കണ്ണിമകൾ
സംഭ്രമിച്ചു ചിറകടി-
ച്ചുഴലരുതേ.

എന്തുകൊണ്ടാണെന്നോ പ്രിയേ-
യാ നിമിഷം ദൂരെദൂരെ-
യെങ്ങോ പോയി സഖി സ്വയം
മറഞ്ഞിരിക്കാം
ഞാനലയുമന്ധാളിപ്പോ-
ടീയുലകു മുഴുവനും
ഞാനറിയാതെന്നിൽനിന്നീ
ചോദ്യമുയരും
തിരിച്ചു നീ വരില്ലയോ-
യിവിടെ നീയെന്നെക്കഷ്ടം
പരിത്യജിക്കയോ സ്വയം
മണ്ണടിഞ്ഞീടാൻ. ■

നാല്പത്തിയാറ്

ഞാൻ പ്രശംസിച്ചിടും താരകളിൽ,
നാനാനദികളിൽ, മൂടൽമഞ്ഞിൽ
ഉന്മത്തരാകുമവകളിൽ നി-
ന്നൊന്നിനെ സ്നേഹിച്ചതിനെമാത്രം
കൈക്കൊണ്ടു, ഞാനതിൽപ്പിന്നെ രാത്രി-
ക്കൊത്തതിശാന്തമുറങ്ങിടുന്നു!

എല്ലാത്തിരകളിൽനിന്നുമൊന്നു-
മെന്നല്ല പിന്നെ വേറെ തിരയും
പച്ചസമുദ്രം, കുളിരു പച്ച,
പച്ചതന്നോരോരോ ശാഖകളിൽ
കൈക്കൊണ്ടിടുന്നു ഞാൻ നിന്റെ മേനി-
യാകുമവിച്ഛിന്നമാം തിരയെ.

നീർക്കണമൊക്കെയും വേരുകളും
നേർത്ത വെളിച്ചത്തിൻ നാരുകളും
സമ്മേളിച്ചീടുന്നിവിടെയെന്നി-
ലെത്തുമുടനെയല്ലെങ്കിൽ നാളെ.

എല്ലാമെനിക്കുള്ളതെങ്കിലും നി-
ന്നല്ലണിവേണിയേ വേണ്ടതുള്ളൂ
മാതൃരാജ്യം തരും ചാരുതയിൽ
പ്രാകൃതം നിൻ മനം വേണ്ടതുള്ളൂ. ■

നാല്പത്തിയേഴ്

ഇന്നു പിൻതിരിഞ്ഞൊന്നു
നോക്കണം, പിന്നെ നിന്നെ
ഒന്നൊന്നായ് ശാഖകളിൽ
കണ്ടിടേണം
അല്പാല്പമല്ലോ സഖി
നീയൊരു പരിപാക-
സത്തെഴും പഴമായി
വളർന്നു വന്നു.
നീയർത്ഥശൂന്യമാകും
നിന്നർദ്ധസ്വരരാഗം
നീയറിയാതെ മെല്ലെ
മൂളി മൂളി
എത്രമേൽ സുഗമമായ്
നീ വളർന്നുയർന്നു വ-
ന്നെത്തി നീ നിന്റെ വേരിൽ-
നിന്നു വേഗം!

ആദ്യം നീയൊരു നവ-
സുന്ദരസുരഭില-
മന്ദാരമലരായി
വിടർന്നു നിന്നു
മന്നിടമാകാശവും
സൂര്യനുമവരുടെ
പൊന്നുവാഗ്ദാനങ്ങളാം
മധുരിമയും
ഉള്ളിലത്യാഹ്ലാദവും

നിന്നിലൊത്തിണങ്ങിച്ചേർ-
ന്നൊന്നായ് തളിർത്തു പൂ-
ത്തുലയുവോളം
പിന്നെ, നീയാകെ മാറി
നിൻ രൂപമൊരു കുളിർ-
ചുംബനമെന്നപോലെ
പരിലസിപ്പൂ.

അങ്ങതാ ശാഖതോറും
നിൻ മുടിച്ചുരുളിന്റെ
ഭംഗികളായി, സഖി
തിരിച്ചറിവൂ.
നിൻ തളിർരൂപം മെല്ലെ
പച്ചിലകളായ് മൂത്തു
എൻ മുന്നിൽ തെളിമ-
യായ് വിടർന്നൂ.
ആരെയും കൊതിപ്പിക്കു-
മായതിൻ ദളങ്ങളെൻ
ദാഹാർത്തതകളോടൊ-
ട്ടടുത്തു നില്പൂ!

എന്റെ വായ് നിറയ്ക്കും ഞാ-
നോമലേ, നീ പകരും
ചുംബനങ്ങളിലെഴും
മധുരിമയാൽ
ഭൂവിൽനിന്നുയർന്നെത്തി
എന്നുള്ളിൽ നിറയ്ക്കുന്നു
നിൻ നിണം തുടിക്കുന്ന
ചുംബനങ്ങൾ
രാഗിയാമൊരു ചെറു-
മാമുനിയുടെ പരി-
പക്വമായ് തീർന്ന ചുടു-
ചുംബനങ്ങൾ. ■

നാല്പത്തിയെട്ട്

രണ്ടു കമിതാക്കൾ ഒപ്പം കൂടി-
യുണ്ടാക്കി തിന്നാനൊരപ്പം
വിണ്ണിൽനിന്നേകാന്തചന്ദ്രനപ്പോൾ
മണ്ണിലെ പുല്ലിൽ പതിച്ചു.
പിന്നെ നടന്നപ്പോളിട്ട നിഴൽ
രണ്ടുമൊരുമിച്ചൊഴുകി
മെത്തയുപേക്ഷിച്ചുണർന്നു ഒരു
സൂര്യനെ വിട്ടവർ പോന്നു.

സാദ്ധ്യസത്യങ്ങളിൽനിന്നും തിര-
ഞ്ഞെത്തിയൊരു സുദിനത്തിൽ
ആ ദിനം കൈവശത്താക്കി പാശ-
ത്താലല്ല, സൗരഭത്താലേ
വാക്കുകൾ തച്ചുതകർത്തില്ലവർ
ശാന്തത ഭഞ്ജിച്ചുമില്ല.
എന്തൊരാഹ്ലാദം, സുതാര്യോത്തുംഗ-
സുന്ദരഗോപുരംപോലെ!

കമിതാക്കൾക്കൊത്തുപോകുന്നു വീണ്ടും
സർവ്വസ്വതന്ത്രമാം കാറ്റും
രാത്രിതന്നോമൽദളങ്ങൾ അവർ-
ക്കാഹ്ലാദദായകമത്രേ.
പാരിന്റെ സൗന്ദര്യസത്തയ്ക്കവർ
നേരവകാശികളത്രേ!

രണ്ടു കമിതാക്കൾ ഭൂവിലവർ
രണ്ടുമനന്തസന്തുഷ്ടർ.
ആയവർക്കില്ല മരണം ജീവി-
ച്ചായിരം വട്ടം മരിപ്പൂ.
വിശ്വപ്രകൃതിയവർക്കു നല്കി
വിശ്വാതിജീവനഭാഗ്യം! ■

നാല്പത്തിയൊമ്പത്

നിദ്രകൊണ്ടിടുന്ന
കണ്ണിലൂടെ, യതി-
തീവ്രപ്രകാശ-
വിടവിലൂടെ,
ഇന്നലെ മെല്ലെ-
ക്കടന്നുപോയിന്നാണി-
തിന്നാണിതിന്നാണി-
തിന്നുമാത്രം!
പച്ചച്ച കാലടി
വെച്ചുവെച്ചങ്ങനെ
വന്നടുത്തെത്തുന്നു
നാളെ മെല്ലെ.
ഇല്ല, കഴിയില്ലൊരാൾക്കും
പ്രഭാതത്തിൻ
കല്ലോലിനിയെ
തടഞ്ഞുനിർത്താൻ!

ആവില്ലൊരാൾക്കും
തടയുവാൻ നിൻ കര-
മാകും തടിനിയെ-
യെങ്ങുമെങ്ങും.
നിൻ കണ്ണു രണ്ടു-
മതിലുള്ള നിദ്രയു-
മെൻ പ്രിയേ; കാലത്തിൻ
ഞെട്ടൽ നീയേ.

ഇരുളുന്ന വാനിനും
ലംബദ്യുതികൾക്കും
ഇടയിലൂടെയതു
പോയിടുന്നു.

വാനം ചിറകു
മടക്കിയടുത്തുവ-
ന്നോമലേ, നിന്നെ
യെടുത്തുയർത്തി
കൊണ്ടുവന്നെൻ കൈയി-
ലേകി കണിശമാ-
യജ്ഞേയദാക്ഷിണ്യ-
മോടെ മന്ദം.
ഞാനതുകൊണ്ടാണ്
പാടുന്നതു പ്രിയേ,
പകലിരവോടും
കടലിനോടും
കാലത്തോടും ഗോള-
ജാലത്തോടും നിശാ-
ചർമ്മത്തോടും ദിന-
ശബ്ദമോടും. ■

അമ്പത്

പറയുന്നു 'കോട്ടാപ്പോസ്'[1]
നിൻ ചിരി പ്രാപ്പിടിയൻ
ഒരു കൽപ്രാസാദത്തിൻ
മുകളിൽനിന്നും
നിപതിക്കും മാതിരി;-
യെത്രമേൽ സത്യമാ-
ണിതു, നീ നഭസ്സിന്റെ
പുത്രി തന്നെ.
ഒരു ചാരുഹാസത്തിൻ
മിന്നൽപ്പിണരിനാൽ
പ്രിയനായി, നീ ലോകം
മാത്രമല്ല
അതിലുള്ളതാം പത്ര-
നികരങ്ങൾ കൂടിയും
അതിവേഗം കീറി-
മുറിച്ചിടുന്നു.

നിപതിക്കുന്നിതു മേഘ-
ഗർജ്ജനമായിടു-
ന്നിതു മഞ്ഞുതുള്ളിതൻ
രസനയായും
വൈരക്കൽ നീരായും
തേനീച്ച വെട്ടത്തിൻ
കുതികുതിപ്പായിട്ടും
മാറിടുന്നു.

---

1. Catapos: നെരൂദയുടെ ഒരു സ്നേഹിതൻ, പ്രസിദ്ധ ഗാനരചയിതാവ്.

അവിടെപ്പിന്നതിമാത്രം
നീണ്ടുള്ള താടിപോ-
ലൊരു മൗനംമാത്രമേ
നിലനിന്നുള്ളൂ.

ചെറുവെട്ടബോംബുക-
ളിട്ടു പൊട്ടിക്കുന്നു
ദൂരസ്ഥസൂര്യനും
താരകളും
ആകാശം താഴെ
വന്നെത്തുന്നു, നിബിഡത
നിഴലുകൾ തഴുകുന്ന
രജനിക്കൊപ്പം
പൗർണ്ണമിച്ചന്ദ്രന്റെ
പ്രഭയിൽ തിളങ്ങുന്നു
മണികളും കാർനേഷൻ
പൂവുകളും
പര്യാണം പണിവോർതൻ
കുതിരകളൊക്കെയും
അതിവേഗം മുന്നോട്ടു
കുതികുതിപ്പൂ.

ആകയാൽ നിന്നെപ്പോൽ
നീ തീരെ ചെറുതാണ്
നീ ശ്രേഷ്ഠയായി
വളർന്നീടട്ടെ
നിൻ മഞ്ജുഹാസത്തിൻ
കൊള്ളിമീൻ ജാജ്ജ്വല്യ-
മാനമായെങ്ങും
പറന്നിടട്ടെ.
ഓരോരോ വസ്തുവിൻ
പ്രഥമനാമത്തിലു-
മതിവേഗം വൈദ്യുതി
പ്രസരിക്കട്ടെ! ■

അമ്പത്തിയൊന്ന്

മിന്നൽപിണരാൽ
പിളർന്ന തരുക്കളി-
ലൊന്നിനെയോർമ്മ-
പ്പെടുത്തുന്നു നിൻ ചിരി,
ആകാശദേശത്തു
നിന്നും പതിക്കുന്നൊ-
രാ വെള്ളിരേഖ
തകർക്കുന്നിതേ തല.
ആയതിൻ വാളിനാ-
ലാ വൃക്ഷമൊക്കെയു-
മേറെക്കഷണങ്ങ-
ളാക്കുന്നു പിന്നെയും.

നിന്റേതുപോലുള്ളൊരു
ചിരിയോമലേ,-
യെന്റെ സ്നേഹത്തിനു
പാത്രമായ്, കാരണം
അച്ചിരി ജന്മ-
മെടുത്തതു ചെമ്മാർന്ന
പച്ചപ്പടർപ്പിലും
മേട്ടിലെ മഞ്ഞിലും
അത്യുന്നതങ്ങളിൽ
പൊട്ടുന്ന കാറ്റിന്റെ
മന്ദഹാസ,'മാര-
ക്കോണിയൻ'[1] രീതികൾ.

---

1. Araucania: മധ്യചിലിയിലെ ഫലഭൂയിഷ്ഠമായ താഴ്വരപ്രദേശം കൃഷി, കമ്പിളിനെയ്ത്ത്, ലോഹനിർമ്മാണം, കളിമൺപാത്രനിർമാണം എന്നിങ്ങനെ സമൃദ്ധമായ പാരമ്പര്യത്തിന്റെ ഇടം.

ഹേ, ഗിരികന്യകേ,-
യുജ്ജ്വലമാം ചിലി
തന്നുടെ ജ്വാലാ-
മുഖിയാണ് നീ പ്രിയേ
ചീറിയടിക്കട്ടെ,
നിൻ ചിരി ഛായയിൽ
രാവിൽ, പുലരിയിൽ,
വിധുവിൻ മധുവിലും!

നിന്റെ ചിരിയുടെ
ദീപ്തിധൂർത്തിൽ ജീവ-
വൃക്ഷം നിയന്ത്രിത-
മാകുന്ന വേളയിൽ,
പച്ചിലച്ചാർത്തിലെ
പക്ഷികളൊക്കെയു-
മെത്തുന്നു നീല-
നഭസ്സിൽക്കുതിച്ചുടൻ. ■

അമ്പത്തിരണ്ട്

പാടിടുന്നു നീ, നിൻ സ്വന-
മീ ദിനത്തിൻ ധാന്യ-
ത്തോടുരിഞ്ഞിടുന്നു, നിന്റെ
പാട്ടിനോടുകൂടി
സൂര്യനും നീലാകാശവും
പൈൻമരത്തൊടൊപ്പം
പേശിടുകയാണവർതൻ
പച്ചനാവുയർത്തി
ശീതകാലപ്പുഷ്പമിന്നെല്ലാം
ചൂളം കുത്തിടുന്നു.

സാഗരത്തിന്നുള്ളറത-
ന്നുള്ളു നിറയുന്നു,
കാലടിയാൽ, ചങ്ങലയാൽ
പിന്നെ മണിയാലും
ആവലാതിച്ചൊല്ലുകളാ-
ലായുധങ്ങളാലും
ലോഹവസ്തുക്കൂട്ടുകൾതൻ
ഘോരശബ്ദത്താലും
സാർത്ഥവാഹസംഘങ്ങൾതൻ
ചക്രഘോഷത്താലും!

എങ്കിലോ ഞാൻ കേൾപ്പതെല്ലാം
നിന്റെ സ്വരംമാത്രം

ആ സ്വരമൊരമ്പിൻ വീറും
കൃത്യതയുമായി
വീണിടുന്നു മഴയുടെ
ധീരഭാവമോടെ.

അത്യുന്നതം വാളുലച്ചിൽ
നിൻ സ്വരം ചിതറി
വീഴുകയാണൂതനിറ-
കപ്പൽച്ചരക്കോടെ
വീണ്ടുമെത്തി വാനിലെന്നോ-
ടൊത്തു യാത്രചെയ്‌വൂ. ■

അമ്പത്തിമൂന്ന്

ആണിനും പെണ്ണിനും
ജീവിച്ചിരിക്കുവാ-
നാവശ്യമായ
ഗൃഹത്തിനുള്ളിൽ
തീൻമേശ, മേശമേ-
ലപ്പവും വീഞ്ഞു, മീ-
ജീവിതം ഭദ്രമാ-
ണെന്തുകൊണ്ടും.
എങ്ങോ കറങ്ങി-
ത്തിരിഞ്ഞ സമാധാന-
മിങ്ങു വന്നല്ലോ
കുടിയിരിപ്പൂ
വെട്ട, മീമട്ടിലു-
ണ്ടാകുവാൻ കത്തിയ-
തൊക്കെപ്പൊതു-
വഗ്നിയായിരുന്നു.

വന്ദനം, നിൻകരം
രണ്ടിനുമക്കരം
രണ്ടും പറപറ-
ന്നെത്ര വേഗം
പാട്ടിനോടൊപ്പം
വിശിഷ്ടഭോജ്യങ്ങളും
സൃഷ്ടിച്ചിടുന്നു
ശുചിത്വമോടെ

ഉത്സാഹിയായ നിൻ
പാദം മുഴുവനും
ഔഷധലേപനം
ചെയ്തിടട്ടെ.
നീയൊരു നർത്തകി
നീണാൾ ജയിക്കട്ടെ
ചൂലേന്തി നർത്തനം
ചെയ്യുവോൾ നീ.

ആകെ പരുക്കൻ
നദികളും വെള്ളവും
ആളിപ്പടർത്തുന്ന
ഭീഷണിയും
ഫേനപിണ്ഡങ്ങൾതൻ
കൂടാരമേറ്റുന്ന
പീഡനം കൊണ്ടുള്ള
യാതനയും
കൊള്ളിവെച്ചീടുന്ന
കൂട്ടരും, ചങ്ങല-
ക്കെട്ടുപോൽ പാറയു-
മിന്നു മുന്നിൽ.

ഈ വകയൊക്കെയാ-
ണീ വിശ്രമത്തിന്റെ-
യാധാരമോമലേ,
നിന്റെ രക്തം
എന്റേതി, ലീ നിശ-
യെത്രമേൽ സുന്ദരം
താരകാകീർണ്ണം
തമാലനീലം.
അറ്റമില്ലാത്തതാ-
ണൊക്കെയുമാലോല-
മത്ര സുഭഗം
സരളമോർത്താൽ. ■

ഭാഗം മൂന്ന്

സായാഹ്നം

അമ്പത്തിനാല്

ജാജ്വല്യമന, സ്സൊത്ത
മദ്ധ്യാഹ്നപൂർണ്ണിമതൻ
തേജസ്വിയായ പിശാ-
ചൊരുങ്ങി നില്പൂ.
ഇങ്ങിതാ നമ്മൾമാത്ര-
മേറ്റവുമവസ്സാനം
ഇല്ലില്ല നമുക്കെന്നാ-
ലേകാകിത്വം
പ്രാകൃതനഗരത്തിൻ
വിഭ്രമങ്ങളിൽനിന്നു-
മെത്രയും വിദൂരത്തി-
ലാണു നമ്മൾ.

പ്രാവിന്റെ വക്രഗതി
വർണ്ണിക്കും പവിത്രമാം
രേഖപോലഗ്നി പരി-
പോഷിപ്പിക്കും.
ശ്രേഷ്ഠമാം ശാന്തിപോലെ
നാമിരുവരും ചേർന്നീ
സ്വർഗ്ഗീയപരിണത-
ഫലം ചമച്ചു.
ചിത്തവും പ്രണയവു-
മൊത്തുചേർന്നീ ഗൃഹത്തിൽ
നഗ്നതയോടെയധി-
വസിച്ചിടുന്നു.

ക്രോധക്കിനാക്കൾ, കയ്പൻ
നിശ്ചിതപ്രവാഹങ്ങൾ
കൊട്ടുവടിക്കെഴുന്ന
സ്വപ്നത്തേക്കാൾ
ദുസ്സഹമായ വിധി-
യെന്നിവ കമിതാക്കൾ-
ക്കുള്ളതാം കപ്പുകളി-
ലൊഴുകിയെത്തി.

അങ്ങെഴുമിരട്ടകൾ
ഉത്ഥാനം ചെയ്തു തൂക്കു-
യന്ത്രത്തിലാക്കുവോളം
ചിത്തവുമീ
പ്രേമവും രണ്ടു ചിറ-
കെന്നതുപോലെ, യിമ്മ-
ട്ടുള്ളതാം സുതാര്യത
പടുത്തുയർത്തി. ■

അമ്പത്തിയഞ്ച്

കുപ്പിച്ചില്ലുക, ഉസുഖം, മുള്ളുകൾ
കുത്തിക്കേറും നിലവിളികൾ
പകലിരവോളം തേനോലും സുഖ-
മിവകൾ തച്ചുതകർക്കുന്നു
ഭിത്തികൾ, കോട്ടക, ളിടനാഴികളും
എത്തീലൊന്നു സഹായിക്കാൻ
ഇറ്റിറ്റായി, യുറങ്ങുന്നവരുടെ
ശാന്തിയിൽ ശല്യം വീഴുന്നു.

ദുഃഖമുയർന്നും താണുമഗാധത
മുറ്റുമതിന്റെ കരണ്ടിയുമായ്
എത്തുന്നരികിലൊരാൾക്കും ജീവിത-
മിച്ചിതചേഷ്ടകളില്ലാതെ
ഇല്ലാ; ജനനം, വീടുകൾ, വേലിക-
ളില്ലീച്ചലനം കൂടാതെ
സംഭവമിങ്ങനെതന്നെ, കണക്കുകൾ
സർവ്വരുമതിനായ് നല്കേണം.

കണ്ണുകൾ രണ്ടുമിറുക്കിയടച്ചാൽ
പ്രേമത്തിന്നതു തുണയല്ല
അടിവെച്ചങ്ങനെ കൈകളിൽ വെന്നി-
ക്കൊടികളുമായ് മുന്നേറി വരും
ജേതാവിന്നു പകർച്ചവ്യാധി
പേലവമെത്തകൾ തുണയല്ല.

ദുർമുഖമോടെ ശുണ്ഠിയെടുക്കുക-
യല്ലോ ജീവത്സ്പന്ദങ്ങൾ
നിമ്നഗയെന്നതുപോലെ തുറക്കുക-
യല്ലോ രക്തതുരങ്കങ്ങൾ
നമ്മെ നോക്കിക്കാണുകയല്ലോ
അതിലൂടെത്തുറിനേത്രങ്ങൾ
പെരുതായുള്ള കുടുംബത്തിന്റെ
കണ്ണീരണിമണിനേത്രങ്ങൾ. ■

അമ്പത്തിയാറ്

എന്റെ പിന്നിൽ നിഴലു ഞാൻ
കണ്ടു പതിവായി.
നിൻ കരങ്ങളുൾപ്പകയിൽ
നിന്നുമുയർന്നെത്തി
വാഹിനിതൻ സുപ്രഭാത-
സൃഷ്ടിയെന്നപോലെ.
സത്സ്ഫടികനിർമ്മിതമാ-
മുപ്പു നല്കിയല്ലോ.

അഭ്യസൂയ വീർപ്പുമുട്ടി-
ച്ചാകെ വലയ്ക്കുന്നു.
എന്റെ ഗാനമെല്ലാമതു
തീർത്തുകളയുന്നു.
ഒന്നൊന്നായതിന്റെ ഖിന്ന-
നായകന്മാരെല്ലാം
നൊന്തുനൊന്തു മരിക്കുന്നു
ഞാൻ പറഞ്ഞീടുന്നു.
സ്നേഹമതേ, നിറയുന്നു
പ്രാവുകളാൽ ലോകം
എന്തിനേറെ വാസന്തശ്രീ-
യെത്തുവതിനായി
എന്റെയോരോ പരമാണു-
പോലും ശ്രമിക്കുന്നു.

പിന്നെയതാ, നീ വിടർന്ന
പുഷ്പമായി മുന്നിൽ

നില്ക്കുകയാണെൻ കരളേ,
എൻ മിഴിക്കു മേലേ
നീയവിടെയാകാശത്തിൻ
പച്ചിലകൾ പോലെ
ഭൂമിയിൽക്കിടന്നു നിന്നെ
നോക്കിടുന്നു പൊന്നേ.

സൂര്യനതിൻ മുകുളങ്ങൾ
നിൻ മുഖത്തിനായി
കൊണ്ടുവന്നിടുന്നു വാനിൽ
എന്റെ മെറ്റിൽഡാ, ഞാൻ
കണ്ടറിഞ്ഞിടുന്നു നിന്റെ
പാദപതനങ്ങൾ
സ്വാഗത, മെൻ പ്രിയേ, കീർത്തി-
പ്പൊൻകിരീടം നീയേ. ■

അമ്പത്തിയേഴ്

നുണയൻമാരാണവർ,
അവരോതുന്നു, നഷ്ട-
പ്പെട്ടുപോയെനിക്കെന്റെ
വാനിലെ ശശിബിംബം.
അവരോ പ്രവചിച്ചു:
പൊതുവാമൊരു മരു-
ഭൂവിനോടൊക്കും പോലു-
മെന്നുടെ വരുംകാലം
അവർതൻ തണുപ്പാർന്ന
നാവിനാലപവാദം
അവരെത്ര പരത്തീല
ചുറ്റിലു, മതുമല്ല,
ഈ വിശ്വപുഷ്പത്തിനെ
എനിക്കായ് നിരോധിക്കാൻ
അവരെത്ര ശ്രമിച്ചീല
അവരോ നുണയൻമാർ!

മത്സ്യകന്യകയുടെ
ചടുലസ്വാഭാവിക-
മഞ്ഞവർണ്ണത്തിൻ ദ്യുതി-
യൊക്കെയും കൊഴിഞ്ഞുപോയ്.
ഇപ്പൊഴുള്ളതോ ജനം
മാത്രമാണവ, ന്നവ-
രെപ്പൊഴു, മവിരാമം,
പത്രങ്ങൾ കവരുന്നു.

അവരെൻ ഗിത്താറിന്റെ
ഗാഢവിസ്മൃതിയുടെ-
യെത്രയോ നിഗൂഢമാം
കഥകൾ ചമയ്ക്കുന്നു!

നെഞ്ചകം തുളയ്ക്കുമി
പ്രണയത്തിന്റെ മിഴി-
യഞ്ചിടും കുന്തമെറി-
ഞ്ഞവർതൻ മിഴിക്കുള്ളിൽ
പിന്നെ ഞാൻ വാരിക്കൂട്ടി
നിന്റെ പാദങ്ങൾ രണ്ടും
പിന്നിലായുപേക്ഷിച്ചൊ-
രാ മുല്ലപ്പൂക്കൾ സർവ്വം.

നിന്റെ കണ്ണിമയുടെ
വെട്ടമില്ലാതെ രാവി-
ലെന്നിലെയെന്നെ സ്വയം
നഷ്ടമായ്ത്തീർന്നേ പോയി.
രാവെന്നെച്ചുഴലുമ്പോൾ
ഞാൻ പുനർജ്ജനിച്ചുപോ-
യെന്റെ കൂരിരു, ട്ടെന്റെ
സ്വന്തമാണുടയോൻ ഞാൻ. ■

അമ്പത്തിയെട്ട്

തെരുവുക, ളതിൻ
തിരിവും മൂലയും
തിരിച്ചറിയാത്ത
വിദേശനാവികൻ
കണക്കെ ഞാൻ ചുറ്റി-
ത്തിരിഞ്ഞലഞ്ഞുപോ-
യെഴുത്തുവീരർതൻ
കനത്ത നാദങ്ങൾ-
ക്കിടയിലൂടെ നേർ-
വഴിയറിയാതെ
അടയാളം കുറി-
ച്ചവിടെ, യെന്തെന്നാ-
ലതിന്റെ രീതിക-
ളതുവിധംതന്നെ
അതുവിധമല്ലെ-
ന്നിരിക്കിലോ പിന്നെ-
യവിടെയെന്തെല്ലാ-
മവശേഷിച്ചിടും?

കൊടുങ്കാറ്റിൻ ദ്വീപ-
സമൂഹത്തിൽനിന്നു-
മെടുത്തക്കോർഡിയൻ
വെറി പിടിച്ചതാം
മഴത്തിരമാല
പ്രകൃതിവസ്തുക്കൾ-
ക്കെഴും പതിവായ

വിരസമാന്ദ്യത-
യിവകളെൻ വന്യ-
ഹൃദയം നിർമ്മിച്ചു.

അതിനാൽ, സാഹിത്യ-
നിശിതദന്തമെൻ
മനമിയലും പിൻ-
കഴൽ പിളർക്കവെ
കടന്നു സന്ദേഹ-
രഹിതനായ് മന്ദം
നടന്നു കാറ്റിനൊ-
ത്തൊരു ഗാനം മൂളി.

മദീയബാല്യത്തിൻ
ഞെരുക്കനാളിലെ
കഠിനമാരിതൻ
തുറമുഖപ്പുര,
അനിർവചനീയ-
മകലെത്തെക്കെഴും
തണുതണുപ്പാർന്ന
വനാന്തരങ്ങളെ,
ഇവന്റെ മാനസം
നിറച്ചീടും നിന്റെ
സുഗന്ധമെങ്ങാണോ,
അവിടേക്കും, പ്രിയേ! ■

അമ്പത്തിയൊമ്പത്

പാവം കവികൾ
ഭാഗ്യം കെട്ടവർ
ജീവിതവും ബത
മരണവുമവരെ-
യൊരുപോൽ ഞെക്കി-
ഞെരുക്കി വലയ്ക്കുന്നവരുടെ
കാളിമ കാളും
പിടിവാശികളാൽ!
അവരെ പിന്നെ
ശ്വാസം മുട്ടിച്ചില്ലാതാക്കു-
ന്നിവിടെ കെട്ട മനസ്സിൻ
പൊങ്ങച്ചങ്ങൾക്കടിമപ്പെട്ടവർ
ശവസംസ്കാരം യഥാവിധി ചെയ്വൂ
നിറയെപ്പല്ലുമുളച്ചൊരു കാക്കകെണക്കെ.

ഒളികെ, ട്ടൊരുവനു-
മറിയാതൊളിവിൽ
പൂണ്ടുകിടക്കും ചരലാണിപ്പോൾ
അവരെ വലിച്ചും നീളെയിഴച്ചും
ധിക്കാരികളാം കുതിരകൾ തന്നുടെ
പിന്നിലണച്ചും
സ്വൈരക്കേടിലുറക്കമിളച്ചും
പടയോട്ടക്കാരവരെ ജയിച്ചി-
ട്ടൊടുവിൽ വത്സല-
ദാസന്മാരുടെ കൂടെക്കൂട്ടി.

അവരോ പിന്നെയുറപ്പാ-
ണൊരു നാൾ മരണപ്പെട്ടവ-
രെന്നെന്നേയ്ക്കും മരണപ്പെട്ടവർതന്നെ-
യവരെ കൊണ്ടാടുക നാം.
മൂക്കുകൾ ചീറ്റിക്കരയുകയിനി നാം
മരണാനന്തരസദ്യയിൽ മുഴുകുക
ടർക്കികൾ, പന്നിക-
ളുപചാരോജ്ജ്വലവാഗ്മിക-
ളിവയോടൊത്തൊരുമിക്കുക.

കവിയുടെ മരണം
അട്ടിമറിച്ചവ, രിപ്പോളടിമുടി-
യപകീർത്തിപ്പാണതിനെ-
ക്കാരണ, മാ കവിജിഹ്വയടഞ്ഞു
അദ്ദേഹത്തിന്നിനിയാവില്ല
പ്രതിഷേധോജ്ജ്വലഗാനമുയർത്താൻ. ■

അറുപത്

എന്നെ ദണ്ഡിക്കാനവർ
കൊതിച്ചെങ്കിലും
നിന്നെ ദണ്ഡിക്കുക-
യായിരുന്നു.
വേലയ്ക്കിടയിൽ
വല കടത്തുന്നതു
പോലെ നിഗൂഢ-
വിഷങ്ങളൊക്കെ
ലേപനം ചെയ്യലും
നിദ്ര കെടുത്തലും
ഓമലേ, നീയറ്റ
മേലായിരുന്നു.

വേണ്ടെനിക്കെന്നെ
തകർക്കും വെറുപ്പുകൾ
വേണ്ടതോ ഹാ പ്രിയേ
നിന്നെമാത്രം.
നിൻ കുളിർനെറ്റിയിൽ
പൂവിടും ചന്ദ്രനെ
നീളെ നിഴൽ
വിരിച്ചീടുവാനായ്
നിന്റെ സ്വപ്നത്തിൻ
കഠോരമാം കത്തിതൻ
തങ്കക്കിരീട-
മെനിക്കു വേണ്ട.

പോരികയാണെന്റെ
പിന്നാലെയങ്ങനെ-
യേറെപ്പരുഷമാം
കാലടികൾ
ബീഭത്സമാകും
വികൃതഹാസമെന്റെ
മന്ദഹാസത്തെ
പരിഹസിപ്പൂ.
പാടുമ്പോഴെൻ നേർ-
ക്കസൂയ, പൊള്ളച്ചിരി,
പല്ലുകടിക്കലും
ശാപവാക്കും.

ജീവിതത്തിൻ നിഴൽ-
പ്പാടെനിക്കേകിയ-
തീ വകയായിരു-
ന്നോമലാളേ,
ക്രൂരമായ് പല്ലിളി-
ച്ചങ്ങനെ പേക്കോല-
മെന്നതുമാതിരി
പിന്നിൽനിന്നും
എന്നെ വിരട്ടി-
യോടിക്കുകയാണൊരു
പൊള്ളയാം വേഷ-
വിധാനമേവം! ■

അറുപത്തിയൊന്ന്

പ്രണയം നമ്മളെയതിന്റെ ഭാഗമാം
കഠിനവേദനയാലേ
വലിച്ചിഴച്ചു, പിന്നതിന്റെ പിന്നിലു-
ള്ളതിനിശിതമാം മുള്ളും
തറച്ചുകേറുവാനകമ്പടി പോന്നു
ഇരുവരും നമ്മളെന്നാൽ
മിഴികൾ പൂട്ടിവെച്ചിരുന്നതിനാലെ
കഴിയുകില്ലല്ലോ തെല്ലും
ഒരു മുറിവിനും ഒരു വ്രണത്തിനു-
മറുത്തുമാറ്റുവാൻ നമ്മെ.

ഇക്കരച്ചിലോമലാളേ,
നിന്മിഴികൾക്കുള്ള
കുറ്റമല്ലാ നിൻ കരങ്ങൾ
വാൾമുനയിലൊന്നും
പെട്ടതില്ല, നിന്റെ പാദ-
മീ വഴികളൊന്നും
തേടിയില്ല, നിഷ്പ്രഭമാ
തേനതിന്റെ മാർഗ്ഗം
കണ്ടെടുത്തു, മെല്ലെ നിന്റെ
സന്മനസ്സിലെത്താൻ.

പ്രണയം നമ്മളെ പെരുംതിരയെന്ന
കണക്കെ ദൂരേക്കെങ്ങോ
വഹിച്ചുകൊണ്ടുപോയ്, പ്രിയതമേ, നിന്റെ
സ്വകാര്യതകളെ സർവ്വം

തകർത്തുടച്ചു നാമിരുവരേയുമാ-
ത്തിര ധാന്യമാവുപോലെ.

ഹൃദ്യവും മധുരവുമാം
വേറെ ഭാവമൊന്നിൽ
ഈ വ്യഥകൾ വീണലിഞ്ഞു
ചേർന്നുചേർന്നൊടുവിൽ
ജാഗരൂകമാം വെളിച്ച-
വേളയൊന്നിലെത്തി
ഏറെ മുറിപ്പെട്ടതായോ-
രാ വസന്തകാലം
എത്രമേലനുഗൃഹീത-
മായിരുന്നു ധന്യേ! ■

അറുപത്തിരണ്ട്

ആധിയാണു ഞാ, നോമലേ, നമ്മൾ
ആധിയാണ് നമുക്കിരുവർക്കും
പ്രണയമൊന്നതേ വേണ്ടൂ, പരസ്പര-
പ്രണയം! എങ്കിലോ നൂറുദുഃഖങ്ങൾതൻ
ഇടയിൽ നമ്മൾ രണ്ടാളുകൾമാത്രം
വ്രണിതചിത്തരായ്ത്തീർന്നു വിധിവശാൽ!

നാമിരുവരും നമ്മൾതൻ സ്വന്തം
നീയും ഞാനുമതത്രയേ വേണ്ടൂ
ചുംബനത്തിനു നീയും സ്വീകാര്യ-
ഭക്ഷണത്തിനു ഞാനുമിമ്മട്ടിൽ
എന്തനന്തലളിതം! ജനലിലൂ-
ടെത്തിടുംവരെ വിദ്വേഷമേവം!

നമ്മൾതൻ പ്രണയത്തെ, യിതരർ
തമ്മിലുള്ള പ്രണയ, മേതാട്ടെ
ആരവയെ പ്രണയിപ്പതില്ല
ആയവർ വെറുക്കുന്നെന്നെ, നിന്നെ.
ആളൊഴിഞ്ഞ മുറിയിൽ കസേര-
യാണവ, രതിനിർഭാഗ്യവാന്മാർ.

അവർ സകലരും മണ്ണടിയുംവരെ
അവരുടെ ദുശ്ശകുനമുഖങ്ങൾ
അവനിയിലന്തിനേരത്തു മങ്ങും
പ്രഭയിൽ മങ്ങിമറഞ്ഞുപോകുംവരെ!

അറുപത്തിമൂന്ന്

കടലിലേക്കൊരു പനീരലരു പൂണ്ട
വടിവിലെഴുമുപ്പുപാറ ചൂഴും
തരിശുഭൂവിടങ്ങളിൽ മാത്രമല്ല,
അരുവിക്കരയിലെ മഞ്ഞിലും ഞാൻ
പെരുവിരലുകളാലെ ചാലു കീറി
തെരുതെരെ നടന്നുപോ, യങ്ങുയരെ
പരുഷമാം പർവ്വതനിരകളുമെൻ
പദപതനസ്സുഖമനുഭവിച്ചു.

കിരാതമാമെൻ മാതൃഭൂമിയിലെ
ചൂളം വിളിക്കുമീ മണ്ഡലത്തിൽ
ചുറ്റിപ്പിണഞ്ഞടിമുടി സങ്കുലമാം
കാട്ടുമുന്തിരിവള്ളിപ്പടർപ്പിനുള്ളിൽ
മരണഹേതുകമായ ചുംബനങ്ങൾ
നിബന്ധിതം കാടിനോടത്രമാത്രം.
കിളി തന്റെ കമ്പനങ്ങൾ വലിച്ചെറിഞ്ഞു
നനവാർന്ന കൂജനം മുഴക്കിടുന്നു.
ശരി, ശരി ദുഃഖകാണ്ഡമൊഴിഞ്ഞുപോയി
ചൂടുമിഴിനീരെല്ലാം തോർന്നുപോയി.

വിഷമയമായ ചെമ്പിൻപുറന്തോടുകൾ
പ്രതിമരൂപം പൂണ്ട ലവണക്ഷാരം
തകർന്നേറെ തരിപ്പണമായ മഞ്ഞും
ഇവയൊക്കെയെന്റേ, തതുമാത്രമല്ല
വസന്തത്തിൻ സമ്മാനമാം ചെറിപ്പഴവും
മുന്തിരിവനികയുമെന്റേതല്ലോ.

പടുമഞ്ഞു കോട്ടക, ളുയർത്തിവച്ചോ-
രീലോഹനിർമ്മിതമാതൃഭൂവിൽ
ശരൽക്കാലക്ഷയസൂര്യരശ്മി തട്ടി
മുന്തിരിവനികകൾ പരിലസിപ്പൂ.
പരിശുഷ്ക്കമീ ഭൂവിൽ ഞാൻ കറുത്ത
വെറുമൊരു പരമാണു മാത്രമല്ലേ
ഇവിടുള്ളതഖിലവുമെന്റേതല്ലേ
അതുപോലെ ഞാനവർക്കുള്ളതല്ലേ. ■

അറുപത്തിനാല്

ഇത്രയേറെ പ്രണയത്താൽ
ജീവിതത്തിന്നഴകേകു-
മത്ര ധൂമ്രവർണ്ണം പകർ-
ന്നെനിക്കു തന്നു.
കണ്ണുകാണാക്കിളിപോലെ
നിൻ ജനാലയെത്തുവോളം
പെണ്ണേ, പരിഭ്രമിച്ചന്യ-
വഴികൾ തേടി
സുഹൃത്തേ, നീ കേട്ടുവല്ലോ
തകർന്നതാം ഹൃദയത്തിൻ
മർമ്മരങ്ങൾ സ്വയം നിന്റെ
ജനലരികിൽ.

പ്രിയേ, തീരെയറിയാതെ-
യവിടെ, യാ നിഴലിൽനി-
ന്നുയർന്നു ഞാൻ നിന്റെ മാറി-
ലണഞ്ഞുവല്ലോ.

പറന്നു ഞാൻ പിന്നെയുയർ-
ന്നകലെയാ ഗോതമ്പിന്റെ
കൂമ്പാരത്തിലേറി, നിന്റെ
കരതലത്തിൽ,
തിരതല്ലുമെന്റെ ജീവ-
നെത്തി നിന്റെയാഹ്ലാദത്തിൻ
തിരതല്ലും കടലിൽനി-
ന്നുയർന്നു മന്ദം.

ആർക്കുമാർക്കും പ്രിയതമേ,
അനുമാനിച്ചിടാനൊട്ടു-
മാവുകില്ല, നിന്നോടെന്റെ
കടപ്പാടുകൾ
സ്പഷ്ടമാണ്, നിന്നോടുള്ളൊ-
രെന്റെ കടപ്പാടു സർവ്വം
സ്പഷ്ട, 'മാരക്കോണി'[1]ൽനിന്നും
വേരുകണക്കെ
വ്യക്തമാണതൊരു താര-
മെന്നപോലെ വീട്ടാനുള്ള-
തൊക്കെക്കാട്ടുപ്രദേശത്തെ-
ക്കിണറുപോലെ
അതിനുള്ളിലുഴലുന്ന
ഇടിമിന്നലെല്ലാറ്റിനു-
മിവിടെ, യിക്കാലം മൂക-
സാക്ഷിയാണല്ലോ. ■

1. Araucania: മധ്യചിലിയിലെ ഫലഭൂയിഷ്ഠമായ താഴ്‌വരപ്രദേശം കൃഷി, കമ്പിളിനെയ്ത്ത്, ലോഹനിർമ്മാണം, കളിമൺപാത്രനിർമാണം എന്നിങ്ങനെ സമൃദ്ധമായ പാരമ്പര്യത്തിന്റെ ഇടം.

അറുപത്തിയഞ്ച്

മെറ്റിൽഡ, യെങ്ങാണ് നീ?
ഞാനറിഞ്ഞെന്റെ
കണ്ഠവസ്ത്രത്തിനു താഴെ
എൻ ഹൃദയത്തിനു
തൊട്ടുമേലേ, വാരി-
യെല്ലുകൾക്കൊക്കെയിടയിൽ
എന്താത്മവേദന-
യെത്ര പെട്ടെന്നു നീ-
യെങ്ങു മറഞ്ഞുപോയ് ഭദ്രേ?

നിന്റെയൂർജ്ജത്തിന്റെ
വെട്ടമാവശ്യമായ്
വന്നു, ഞാൻ ചുറ്റിലും നോക്കി
അത്യാർത്തിയോടെ ഞാൻ
ശ്രദ്ധിച്ചു, ശൂന്യത
മാത്രം, നീയെങ്ങെങ്ങുമില്ല
ദുഃഖാർദ്രജാലക-
മല്ലാതെ മറ്റൊന്നു-
മില്ലാത്ത വീടെന്നപോലെ!

പൗരാണിക-
പ്പത്രശൂന്യമാം മാരിയും
ദൂരേക്കകെന്നുള്ള മൗനം
കേൾവിയില്ലാത്തതാം
നാദം ഖഗങ്ങളും
രാത്രി തടഞ്ഞിടുമെങ്ങും.

കാക്കുന്നു നിന്നെ ഞാൻ
കണ്ടുമുട്ടുംവരെ
ഏകാന്തഗേഹം കണക്കെ
നീയെന്നിലെത്തി
വസിക്കും വരെയെന്റെ
ജാലകം വേദനിച്ചിടും.

അറുപത്തിയാറ്

നിന്നെ ഞാൻ സ്നേഹിപ്പതില്ല- പക്ഷേ
നിന്നെ ഞാൻ സ്നേഹിച്ചിടുന്നു.
പോകുന്നു സ്നേഹത്തിൽനിന്നും- നിന്നെ
സ്നേഹിച്ചിടാത്തൊരിടത്തിൽ
കാത്തിരിപ്പിൽനിന്നു പിന്നെ- നിന്നെ
കാത്തിരിക്കാത്തൊരിടത്തിൽ
ശൈത്യത്തിൽനിന്നെൻ ഹൃദയം- മന്ദ-
മഗ്നിയിലേക്കു നീളുന്നു.

നീയായതുകൊണ്ടുമാത്രം- നിന്നെ
സ്നേഹിപ്പു ഞാനത്രമാത്രം.
നിസ്സീമമായ വെറുപ്പിൽ- പോലും
നിന്നെ ഞാൻ കുമ്പിട്ടിടുന്നു.
നിന്നെ ഞാൻ കാണുന്നതില്ല- പക്ഷേ
നിന്നിൽ കാണുന്നു പ്രണയം.
ഇല്ല, അളവുകോലില്ല- നിന്നെ
അന്ധമായ് സ്നേഹിച്ചിടുന്നു.

ജാനുവരിയുടെ വെട്ട- മതിൻ
ക്രൂരമാം രശ്മികൾ തന്നിൽ
എന്റെ ഹൃദയം ദഹിപ്പൂ- അതും
പാഴായിപ്പോയെന്നിരിക്കാം.
സത്യപ്രശാന്തതതന്റെ- ചാവി-
യെല്ലാം കവർന്നെന്നിരിക്കാം.

ഞാനിക്കഥയിലീ ഭാഗ- ത്തെത്തി
താനേ മരിക്കുകയല്ലോ
ഞാൻ മരിക്കുന്നു, ഞാൻമാത്രം- നിന്നെ
സ്നേഹിച്ചിടുന്നത്രമാത്രം.
സ്നേഹിച്ചിടുന്നഗ്നിതന്നിൽ- നിന്നെ
സ്നേഹിച്ചിടുന്നു രക്തത്തിൽ! ■

അറുപത്തിയേഴ്

തെക്കുതെക്കുള്ള ദിക്കിൽ
നിന്നുള്ള മഹാമഴ
ഒറ്റയാ, യൊരു തുള്ളി-
യെന്നപോലെ
'ഇസ്ല നഗേര'[1]യ്ക്കുമേൽ
സ്വച്ഛമായ് പൊഴിയുമ്പോൾ
സാഗരം തുറക്കുന്നു
തണുപ്പിയലും
പച്ചില, യതു സ്വയം
സ്വീകരിക്കുന്നു ഭൂമി-
യങ്ങിനെയൊരു ലസൽ
പാനപാത്രം
ആർദ്രമാം സ്വന്തം ഭാഗ-
ധേയത്താൽ നിറയ്ക്കുവാ-
നാകുമെന്നതു സ്വയം
പഠിച്ചിടുന്നു.

നിന്റെ ചുംബനങ്ങളി-
ലെന്റെയാത്മാവിൽ തരൂ
ഇക്കാലഘട്ടത്തിന്റെ
ലവണജലം.

---

1. Isla Negera: ഫിലിപ്പൈൻസിലെ ഒരു വിശാലമായ പ്രദേശം. കുളങ്ങളും പുഴകളുംകൊണ്ട് ചുറ്റപ്പെട്ട് ഒരു ദ്വീപിന്റെ ഘടനയുള്ളതിനാൽ, ഈ പേരുണ്ടായി.

നിൻ വയൽമകരന്ദം
വാനിലെയധരങ്ങൾ
എന്നിവയ്ക്കിയലുന്ന
പരിമളങ്ങൾ
സാഗരപ്പരപ്പിന്റെ
ശൈത്യകാലത്തിലുള്ള
ശുദ്ധാതിശുദ്ധമാകും
സഹനശക്തി!

എന്താണോ വിളിക്കുന്നു
നമ്മളെ, വാതിലുക-
ളൊന്നൊന്നായവർതന്നെ
തുറന്നിടുന്നു.
ജാലകത്തോടു മഴ
പിന്നെയുമോതുകയാ-
ണൊന്നൊഴിയാതെ ജന-
പ്രവാദം പ്രിയേ!
താഴേക്കു വളരുന്നി-
താകാശം മെല്ലെ മെല്ലെ
താഴെവന്നടിവേരിൽ
മുട്ടുവോളം.

കാലത്തോ, ടുപ്പിനോടും
മർമ്മരത്തോടും പിന്നെ
വീഥികളോടും തുടർ-
വളർച്ചയോടും.
അങ്ങനെ പകൽ തന്റെ
സ്വർഗ്ഗീയമാകും വല
അങ്ങതാ നെയ്തീടുന്നു,
അഴിച്ചിടുന്നു. ■

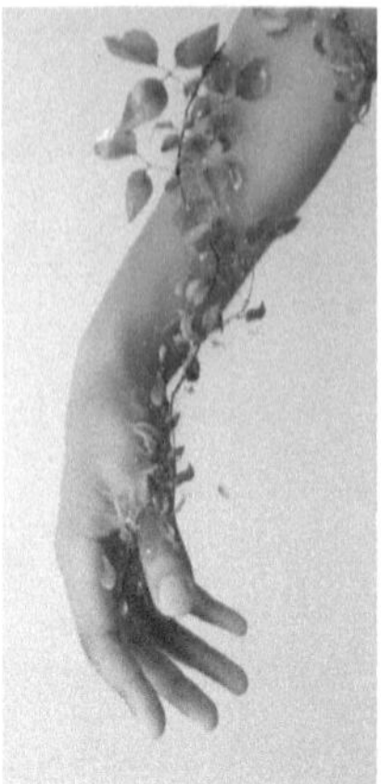

അറുപത്തിയെട്ട്

തടിയിൽ തീർത്തൊരു
പെണ്ണാണവൾ, കാൽ-
നടയായെത്തീല.
ഉടനടിയവളെ-
ക്കടലോരത്തെ
മിനുസപ്പാറകളിൽ
ഇരിപ്പതായിക്കണ്ടു
തല ചില
ജലപുഷ്പത്താലെ
മറച്ചിരുന്നവൾ
അവൾതൻ വേരിൽ
വിഷാദഭാവങ്ങൾ.

അവിടെയിരുന്നവൾ
ജാഗ്രതയോടെ
നോക്കിക്കാണുന്നു.
ഇവിടെ ഞങ്ങടെ
തുറന്ന ജീവിത-
ബഹുവിധഭാവങ്ങൾ
വരവും പോക്കും
ഓരോ ചലനവു-
മുണ്മകളും പിന്നെ
ദിവസദളങ്ങൾ
ഓരോന്നങ്ങനെ
ഭൂമിയിൽ മങ്ങുമ്പോൾ
തടിയിൽ തീർത്തൊരു
പെണ്ണവൾ ഞങ്ങളെ

നേരിൽ കാണാതെ
അവിടെയിരുന്നവൾ
സൂക്ഷ്മതയോടെ
നോക്കിക്കാണുന്നു.

പുരാതനം ചില
തിരമാലകളുടെ
കിരീടവും ചൂടി
കപ്പൽച്ചേത-
ക്കണ്ണുകളാലവൾ
നോക്കിക്കാണുന്നു.
അവളറിയുന്നു:
നമ്മൾ വസിപ്പതു
അകലത്താണല്ലോ.

കാലത്തിന്റെ,
ജലത്തിന്റെ, തിര-
മാലയുടെ പിന്നെ
ശബ്ദത്തിന്റെ
മഴയുടെയെല്ലാം
ദൂരത്തൊരു ദിക്കിൽ
വസിച്ചിടുന്നു
നമ്മൾ പക്ഷേ
അവളറിയുന്നീല
അവൾക്കു നമ്മൾ
വെറുമൊരു സ്വപ്നം
അതായിരുന്നീടാം
തടിയിൽ തീർത്തൊരു
പെണ്ണാളിൻ കഥ-
യിതുവിധമാണല്ലോ. ■

അറുപത്തിയൊമ്പത്

സ്നിഗ്ദ്ധമാം ശിലതന്നിലും മൂടൽ-
മഞ്ഞിലും നടന്നില്ലെങ്കിൽ
ഉച്ചയെ നീലപ്പുഷ്പംമാതിരി
ചീന്തി നീ ചലിച്ചില്ലെങ്കിൽ
നിന്റെ സാന്നിദ്ധ്യമില്ലെങ്കിൽ, പ്രിയേ,
യെന്തു ശൂന്യത ചുറ്റിലും!

ചെമ്പനിനീർച്ചെടി വളരുവാൻ
വെമ്പിടുന്നതുമാതിരി
സ്വർണ്ണശോഭയെഴും വെളിച്ചമീ
മന്നിലാരാരും കാണാതെ
നിൻ കരങ്ങളിൽ നീ വഹിച്ചിടും
വെട്ടമില്ലായിരുന്നെങ്കിൽ!

ഗോതമ്പുപോലെ, കാറ്റുപോലെയും
റോസാപ്പൂച്ചെടിപ്പൊന്തപോൽ
എന്റെ ജീവിതം കണ്ടറിയുവാൻ
പ്രേരിതയായ് പൊടുന്നനെ
നീയണഞ്ഞിരുന്നില്ലെങ്കിൽ പ്രിയേ,
നിന്റെ സാന്നിദ്ധ്യമില്ലെങ്കിൽ!

ഞാനതുവരെ ഞാൻമാത്രമെന്തു-
കൊണ്ടെന്നാൽ നീയോ നീമാത്രം
നീയതുകൊണ്ടു നീമാത്രം, ഞാനോ
ഞാൻമാത്രം, നമ്മൾ നമ്മളും
സ്നേഹത്തിലൂടെ ഞാൻ ഞാനായ്ത്തീരും
നീ നീയും പിന്നെ നമ്മളും! ■

എഴുപത്

നിൻ ജീവിതത്തിൻ
കിരണാവലികളി-
ലൊന്നിലൂടെ ഞാൻ
നടന്നുപോകേ
ചോരയൊലിച്ചതി-
ല്ലെങ്കിലുമോമലേ,-
യേതോ മുറിവെന്നി-
ലേറ്റിരുന്നു.
മാരിയതിന്റെ-
യാകാശത്തിനോടൊത്തു
കോരിച്ചൊരി-
യുകയായിരുന്നു.
ആകയാലാകണം
കാനനാന്തത്തിലെൻ
നേർവഴി വെള്ളം
തടഞ്ഞുനിർത്തി.

മാരിയായ് പെയ്യുന്നൊ-
രെൻ ഹൃദയത്തിനെ-
യോമലേ, ഞാൻ തൊട്ടു
നോക്കി പിന്നെ.
കണ്ടു ഞാനങ്ങതാ
നിന്റെയീറൻമിഴി
രണ്ടു, മെന്നാലാ
മിഴികൾ രണ്ടും
എന്നിലേ, ക്കെന്റെ

വിശാലദുഃഖത്തിലേ-
യ്ക്കൊന്നോടെ കുത്തി-
ത്തുളച്ചുകേറി.
പിന്നെ ഞാൻ കേട്ട
കുശുകുശുപ്പെൻ മുന്നിൽ
നിന്ന നിഴലിന്റേ-
തായിരുന്നു.

ആരിത്, ആരിത്?
ചോദ്യമാ, യില്ലല്ലോ
പേ, രേതോ പച്ചില-
യായിരിക്കാം.
അല്ലെങ്കിലങ്ങനെ
തേഞ്ഞുക്ഷയിച്ചു മാ-
ഞ്ഞില്ലാതെയാകും
കറുകറുത്ത
വെള്ളമാകാം, വന-
മദ്ധ്യത്തിലാ വഴി
തന്നിൽ ബധിരനോ?
ആയിരിക്കാം!

അങ്ങനെയെൻ പ്രിയേ,
ഞാനറിയുന്നു ഞാ-
നാകെ വ്രണപ്പെട്ടു
പോയിരുന്നു.
എങ്ങുമലഞ്ഞു-
തിരിയുന്ന രാത്രിയു-
മങ്ങതാ നീളും
നിഴലുകളും
അല്ലാതെയാരു-
മൊരക്ഷരം മിണ്ടീല-
യിങ്ങോ? മഴയുടെ
ചുംബനങ്ങൾ! ■

എഴുപത്തിയൊന്ന്

പ്രണയമതിന്റെ ദ്വീപുകൾ താണ്ടി
അഴലു കടന്നു കടന്നേ പോയി
വേരുകളവിടെയുറപ്പിച്ചു, മിഴി-
നീരുകൾകൊണ്ടു നനച്ചുവളർത്തി
ആർക്കു, മൊരുത്തനു, മെളുതല്ലല്ലോ
ഹൃദയപുരോഗതി തെറ്റി നടക്കാൻ
മുന്നേറുകയാണതു നിശ്ശബ്ദം
മാംസാഹാരപ്രിയനവനല്ലോ.

ഉപ്പുതൊടാത്തൊരു നിന്നുടെ വേണി
എന്നുടെ കർമ്മഫലത്താൽ വളരാ-
തുള്ളൊരു ദുഃഖം, യൗവ്വനദായകമാകും
അപ്പംകൊണ്ടൊരു ജീവിതമവിടെ
നാമിരുപേരും തേടുകയാണതി-
വിസ്തൃതമാമൊരു താഴ്വര, മറ്റൊരു ലോകം.

തരുനിരയാലും പച്ചിലയാലും
ചുറ്റുപിണഞ്ഞൊരു ഗ്രഹമാണിവിടം
ഏറെ നിരന്ന പരുക്കൻപാറ
ആരും കൈവശമാക്കാതുള്ളിവിടത്തിൽ
നാമിരുപേരും ചേർന്നു ചമയ്ക്കും
ബലവത്താമൊരു കൂടു ചമയ്ക്കും.

നമ്മുടെ സ്വന്തം കൈയാലധികം മുറിവേല്ക്കാതെ,
ഹാനികളുമതിഭാഷണവും പ്രിയേ,-
യിവയില്ലാതെ, പ്രണയം പക്ഷേയങ്ങനെയല്ല
പ്രണയം ഭ്രാന്തുപിടിച്ചൊരു നഗരം
വിളറിവെളുത്ത മുഖങ്ങളുമായി
പൂമുഖവാതിലിൽ നില്പ്പു ജനങ്ങൾ. ■

എഴുപത്തിരണ്ട്

ഹേമന്തം മന്ദം മന്ദം
മടങ്ങിപ്പോയി സ്വന്തം
താമസസ്ഥലം നോക്കി-
യല്പകാലത്തേക്കായി.
ഭൂമി നാട്ടുന്നു പിന്നെ
മഞ്ഞയാം കാഴ്ചദ്രവ്യ-
മോമലേ, ലാളിച്ചു നാം
ദൂരെയുള്ളാ നാടിനെ.
ഭൂഗോളമുടിക്കെട്ടി-
ലിടിച്ചു നമ്മൾ പിന്നെ
പ്രേമിച്ചീടുവാനിപ്പോൾ
പോവുക, ചക്രങ്ങളിൽ,

കപ്പലിൽ, വിമാനത്തിൽ,
പകലിന്നനന്തമാം
വെളിച്ചംതന്നിൽ നമ്മ-
ളുത്സാഹിച്ചുടൻതന്നെ.
പോവുകിനാഹ്ലാദത്തിൻ
രേഖാംശത്തരികളിൽ
പോവുക ദ്വീപൗഘത്തിൻ
മംഗല്യസുഗന്ധത്തിൽ.

പോവുക നമ്മൾ, വേഗം
മെത്തവിട്ടെഴുന്നേൽക്കൂ

ചീവുക മുടി വീണ്ടും
പറന്നുപൊങ്ങീടുക.
താഴെ ഭൂമിയിലെത്തി-
പ്പോവുക, കാറ്റും ഞാനും
പാടുന്നു, നീയീ പാട്ടിൽ
ചേർന്നുപാടുക വേഗം.
പിന്നെ നാം തീവണ്ടിയിൽ
യാത്രചെയ്തെത്തിച്ചേരാ-
മൊന്നുകിൽ 'ടോക്കോപില്ല'[1]-
യല്ലെങ്കിലറേബിയ.

ആ നാടു വാഴും രാജാ-
വെത്രമേൽ ദരിദ്രനും
ഖിന്നനും പാദരക്ഷ-
യില്ലാത്ത പരിഹാസ്യൻ. ■

---

1. Tocopilla: വടക്കൻ ചിലിയിലെ ഒരു പ്രമുഖനഗരം.

എഴുപത്തിമൂന്ന്

ഓമലേ, നീയിന്നോർമ്മിച്ചേക്കാം
ക്ഷുരകക്കത്തീമുഖമനുഷ്യൻ
ബ്ലേഡ് കണക്കെ വഴുതിപ്പോയി
കഥ നാമറിയും മുമ്പായി
അവനതറിഞ്ഞു, പുകയതു കണ്ടു
തീയെന്നവനതു തീർപ്പാക്കി.

കറുകറെ മുടിയും വൈവർണ്ണ്യവുമാ-
യടി കാണാത്തൊരു ഗർത്തത്തിൽ-
നിന്നുമുയർന്നൊരു പെണ്ണവൾ മത്സ്യം
എന്ന കണക്കെ, യതിവേഗം
അവരിരുപേരും ചേർന്നുണ്ടാക്കി
അതിസങ്കീർണ്ണം ഒരു യന്ത്രം
പ്രണയത്തോടതു പടവെട്ടാനാ-
യടിമുടിയായുധമണിയുന്നു.

മൊട്ടക്കുന്നിൽ, പൂന്തോട്ടത്തിൽ,
അവർ രണ്ടാളും കയറുന്നു.
താഴെയിറങ്ങിയവരെത്തുന്നു
പുഴയിൽ, ഭിത്തിയളക്കുന്നു.
ഭീകരമവരുടെ പീരങ്കിയവർ
കുന്നിൻമുകളിലുയർത്തുന്നു.

പ്രണയമറിഞ്ഞു, പ്രണയത്തിൻ പേർ
പ്രണയം, പിന്നെയെൻ മിഴികൾ
മെല്ലെയുയർത്തി നോക്കി നിന്നുടെ
ചെല്ലപ്പേരിൽ, നിൻ ഹൃദയം
കാട്ടിത്തന്നു പെട്ടെന്നെന്നുടെ
നേർവഴി ഞാനതിൽ മുന്നേറി. ■

എഴുപത്തിനാല്

ആഗസ്റ്റിലെ പെരുവെള്ളം
തെരുവാകെ നനഞ്ഞൊരു
പാർവണേന്ദുവെന്നപോലെ
വിളങ്ങിടുന്നു.
ശരൽപ്പഴക്കാലമദ്ധ്യം
തന്നിലൂടെ, യൊരാപ്പിളിൻ
പൂർണ്ണവെട്ടം തെളിഞ്ഞെങ്ങും
പരിലസിപ്പൂ.

ശൂന്യസ്ഥലമാകാശവും
മൂടൽമഞ്ഞും പകലിന്റെ-
യവ്യക്തമാം വലകളും
തിങ്ങിവിങ്ങുന്നു.
തണുതണെത്തണുത്തുള്ള
സ്വപ്നത്തോടും ശബ്ദത്തോടും
മത്സ്യത്തോടുമവയെല്ലാ-
മൊത്തുചേരുന്നു.
ദ്വീപിലെഴുമരുവികൾ
കരയോടു യുദ്ധംചെയ്വൂ
ചിലിയുടെ വെളിച്ചത്തിൽ
കടൽ വിറച്ചൂ.

എല്ലാമെല്ലാമൊരു ലോഹ-
മെന്നപോലെ കേന്ദ്രീകൃതം
മെല്ലെയിലയെങ്ങോ പോയി
മറഞ്ഞീടുന്നു.

ശിശിരം തൻ ഗോത്രത്തിനെ
സ്വയം മൂടി, നമ്മൾമാത്രം
അന്ധരായി, യനന്തമാ-
യേകാകിതരായ്!

നീരവമാം നടപ്പാത
തന്നിൽച്ചെറുചലനങ്ങൾ
യാത്രാമൊഴി പാതകൾതൻ
പിരിഞ്ഞുപോക്കും
എങ്ങുമെങ്ങുമിവമാത്രം
പ്രകൃതിതൻ കൊഴിയലിൻ
കണ്ണുനീരല്ലാതെയൊന്നു-
മെങ്ങുമില്ലല്ലോ. ■

എഴുപത്തിയഞ്ച്

ഇങ്ങാണ് വീട്
കടൽ, കൊടി, യെങ്കിലും
അങ്ങതാ നീളുന്ന
വേലികൾക്കപ്പുറം
വീടിൻ പടിവാതിൽ
കണ്ടെത്തുവാൻ വൃഥാ
തേടിയലഞ്ഞു
നടന്നു, കേട്ടില്ല നാം
നമ്മളില്ലാത്തതിൻ
സങ്കടം, നമ്മളോ
നമ്മൾ നിര്യാതരാ-
യെന്നതുമാതിരി.

ഏറ്റമവസ്സാന,-
മാ വീടതിന്റെ നി-
ശ്ശബ്ദത മെല്ലെ
തുറന്നുവെയ്ക്കുന്നിതാ
കേറുന്നു ഞങ്ങ-
ളകത്തേക്കു കാലടി-
യേതോ പാഴ്വസ്തുവിൽ
ചെന്നുതടഞ്ഞുവോ
ചത്തുകിടക്കു-
മെലികളും പൊള്ളയാം
യാത്രപറച്ചിലും
കേഴുന്ന വെള്ളവും!

വീടു കരഞ്ഞു
കരഞ്ഞതു രാപ്പകൽ
ആവലാതിപ്പെട്ടു
പോയി, ചിലന്തികൾ,
പാതി തുറന്നുള്ള
വാതിൽ, പതിച്ചതു
ദൂരെ, കറുപ്പാർന്ന
കണ്ണുമായങ്ങനെ.

ജീവിതം തന്നിലേ-
ക്കെത്തിച്ചതിനെ
നാമീവിധം ചിട്ടപ്പെടു-
ത്തുന്നു, ഞങ്ങളെ
ഇല്ല തിരിച്ചറി-
ഞ്ഞില്ല മറന്നുപോ-
യെല്ലാം മുകുള-
മാകുന്നു വിടരണം! ■

എഴുപത്തിയാറ്

ഒരു കരടിതൻ
ക്ഷമാബലത്തോടെ
വിവിധവർണ്ണങ്ങൾ തേടി
'ദിയാഗോ റവേറ'[1]-
യലഞ്ഞു കാടക-
മരതകപ്പച്ച, പിന്നെ
അരിയസിന്ദൂര-
നിണപുഷ്പവർണ്ണ-
പ്പൊലിമ, നിൻ ശേഷം ചിത്രം
എഴുതുവാനവൻ
വനത്തിൽ കൂട്ടിവെ-
ച്ചിഹലോകവെട്ടമെല്ലാം.

അവൻ വരച്ചുവെ-
ച്ചധികാരഭാവ-
മണിയും നാസികയാദ്യം
കുതിച്ചുചാടുന്ന
മിഴിയിണയിലെ
തെറിക്കും തീപ്പൊരി പിന്നെ
പനിമതിയുടെ-
യസൂയയ്ക്കിന്ധനം

---

1. Diego Rivera: നെരൂദ ഏറെ ആദരിച്ചിരുന്ന ഒരു മെക്സിക്കൻ ചിത്രകാരൻ. അറിയപ്പെടുന്ന ഒരു സോഷ്യലിസ്റ്റ് ചിന്തകൻ കൂടിയാണ്.

പകരും കൈനഖഭംഗി
തവതനുവിന്റെ
സമഗ്രശോഭയും
ഒടുവിൽ ചെഞ്ചോരിവായും.

ഉരുകിയജ്ജ്വാലാ-
മുഖത്തിനാലവൻ
ഇരുതല നിനക്കേകി
അതു 'നിന്നാരക്കൻ'
തലമുറകൾക്കും
പ്രണയമഗ്നികൾക്കായി
കളിമൺ കാഞ്ചന-
മുഖങ്ങൾ രണ്ടിനും
മുകളിലാണിവയെല്ലാം.

ഒരു കുലീനാഗ്നി-
ക്കവചത്താൽ ചുറ്റി-
പ്പൊതിഞ്ഞുവച്ചവൻ നിന്നെ
അവിടെയെന്നിരു-
മിഴികളുമതി-
നിഗൂഢമായ് തങ്ങി നിന്നു.
മുഴുവനായ് ചുറ്റി-
പ്പിണച്ചുകെട്ടിയ
മുടിയുയർന്നു നില്ക്കുന്നു. ■

എഴുപത്തിയേഴ്

ഇന്നെന്നാലിന്നാണ്
പോയ കാലത്തിന്റെ-
യെല്ലാ ഗുരുത്വങ്ങളോടെ
നാളെ വന്നെത്തേണ്ടും
ഭാവികാലത്തിന്റെ
പൊന്നിൻചിറകുകളോടെ
ഇന്നെന്നാൽ ദൂരെ-
ക്കടലിന്റെ തെക്കാണ്
വെള്ളത്തിനുള്ളതാം പ്രായം
പുത്തൻദിനത്തിന്റെ
രാസസംയോഗങ്ങ-
ളെന്നുമിതുപോലെതന്നെ!

തീരും ദിനത്തിൻ
ദലങ്ങൾ സ്വരൂപിച്ചു
നിന്റെ വദനത്തിൽ വെച്ചു
മെല്ലെയുയർത്തിയവ
വെളിച്ചത്തിലേ-
ക്കല്ലെങ്കിൽ ചന്ദ്രനിലേക്കായ്
ഇന്നലെയോടി-
ക്കുതിച്ചുവന്നെത്തുന്ന
സ്വന്തമിരുണ്ട മാർഗ്ഗത്തിൽ
അങ്ങനെ നമ്മൾ-
ക്കനുസ്മരിക്കാം നിന്റെ
ഭാവരഹിതമുഖത്തെ!

ഇന്നിന്നലെ പിന്നെ
നാളെ സകലവു-
മൊന്നായ്ക്കടന്നുപോകുന്നു.
തീയിലുഴലുന്ന
പൈക്കിടാവെന്നപോ-
ലെല്ലാം ചവച്ചുവിഴുങ്ങി
കാത്തുനിന്നീടുന്നു
കന്നുകാലി സ്വന്ത-
മൂഴം വരുവതിനായ്.

ധാന്യമാവെന്നപോൽ
ചുറ്റും വിതറുന്നു
നിന്റെ ഹൃദ്സ്പന്ദങ്ങൾ പക്ഷേ
എന്റെ പ്രണയം
'ടെമുക്കോ'[1]ക്കളിമണ്ണു-
കൊണ്ടോരടുപ്പു നിർമ്മിച്ചു.
എന്റെയാത്മാവിന്റെ
നിത്യവൃത്തി പ്രിയേ,
നീതന്നെ നീതന്നെയെല്ലാം! ■

1. Temuco: മദ്ധ്യചിലിയിലെ ഒരു നഗരം. മൃതശരീരസംസ്കരണത്തിനുള്ള കളിമൺകലശങ്ങൾക്ക് പ്രസിദ്ധം.

എഴുപത്തിയെട്ട്

ഇ, ല്ലെനിക്കി, ല്ലൊരിക്കലുമില്ല,
ഇല്ല, വീണ്ടും നിരന്തരമില്ല.
പൂഴിമണ്ണിൽ വിജയമതിന്റെ
കാലടിപ്പാടുപേക്ഷിക്കുകില്ല.
പാവമാണ് ഞാ, നെൻ സഹജർക്കു
സ്നേഹമേകാൻ മനസ്സലിവുള്ളോൻ.
ആരു നീ? ഞാനറിയുകയില്ലെ
ന്നാകിലും സഖേ, സ്നേഹിച്ചിടുന്നു.
കണ്ടകങ്ങളെ കൈവിടുകില്ല,
കണ്ടകങ്ങളെ വില്ക്കയുമില്ല.

അറിയുമാരെങ്കിലുമൊരുപക്ഷേ
നെയ്തിടുന്നില്ല ഞാൻ, രക്തമൂറ്റാൻ
ഒരു കിരീടവും; ഞാൻ പടവെട്ടി
പരിഹസിച്ചവർക്കൊക്കെയെതിരെ
എന്റെയുള്ളിലെ വേലിയേറ്റങ്ങൾ
നിത്യസത്യങ്ങൾകൊണ്ടു നിറച്ചു.
നീചതകൾക്കു മാടപ്പിറാവിൻ
സൗമ്യതകളാലുത്തരമേകി.

ഇല്ലെനിക്കില്ലൊരിക്കലു, മെന്തെ-
ന്നല്ലേ, വ്യത്യസ്തനായിരുന്നല്ലോ

എത്ര വ്യത്യസ്തനിന്നലെ, ഇന്നും
എത്ര വ്യത്യസ്തൻ ഞാനിനി നാളെ
മാറിടു, മെൻ പ്രണയനാമത്തിൽ
ഞാനറിയിച്ചിടുന്നു വിശുദ്ധി.

വിസ്മൃതിയുടെയെതോ ശ്മശാന-
സ്തംഭമത്രേ മരണം; പ്രിയേ ഞാൻ
നിന്നെ സ്നേഹിച്ചിടുന്നെന്റെ ഹർഷം
ചുംബനമായ് പൊഴിക്കുന്നു നിന്നിൽ
ശേഖരിക്കാം വിറകു, കത്തിക്കാം
പർവ്വതങ്ങളിലഗ്നി, യിനി നാം. ■

ഭാഗം നാല്

നിശീഥം

എഴുപത്തിയൊമ്പത്

നിൻ ഹൃദയത്തെ രാത്രിയിൽ പ്രിയേ,
എൻ ഹൃദയവുമായി നീ
ബന്ധിച്ചീടുക, നിദ്രയിലവ-
രന്ധകാരത്തെ തോല്പിക്കും.
ആർദ്രമാകുന്ന പച്ചിലകൾതൻ
വൻമതിലുകൾക്കെതിരായി
കാനനങ്ങളിൽ രണ്ടു ചെണ്ടകൾ
കൊട്ടിടുന്നതുമാതിരി.

രാത്രിയാത്രകൾ ചെയ്യുന്നു സ്വയം
നിദ്രതന്നിരുൾഛായയിൽ
ഭൂമിതൻ നറുംമുന്തിരിയുടെ
കുഞ്ഞുവള്ളികൾ നുള്ളുന്നു
കൃത്യതയുള്ള തീവണ്ടി ചിന്താ-
ശൂന്യതയോടെയങ്ങനെ
ഛായകളെ, തണുപ്പൻ പാറയെ
പേറിയോടുന്ന മാതിരി.

ആകയാൽ, പ്രിയേ, യേറെ നിർമ്മല-
മായ ചേഷ്ടിതത്തോടു നിൻ
നെഞ്ചിനുള്ള തുടിപ്പിയലുന്ന
ദാർഢ്യതയിലേക്കെന്നെ നീ
ബന്ധിതമാക്കൂ, നീയരയന്ന-
പ്പക്ഷിതന്റെ ചിറകിനാൽ.

അതുകൊണ്ടോമലേ, വാനിൻ നക്ഷത്ര-
ചോദ്യങ്ങൾക്കൊക്കെയുത്തരം
നമ്മൾതൻ നിദ്രയേകിയേക്കു, മൊ-
രൊറ്റച്ചാവിയാൽ, പിന്നെയീ
ഛായാരൂപങ്ങൾ ബന്ധിച്ചൊരൊറ്റ-
വാതിലിനാലുമങ്ങനെ. ■

എൺപത്

കഴിഞ്ഞെന്റെ യാത്ര,
പ്രിയേ, യെന്റെ ദുഃഖ-
മൊഴി, ഞ്ഞിന്നു വീണ്ടും
തിരിച്ചെത്തി, നിന്റെ
മൊഴിക്കുത്തിലേക്കും
നിനക്കുള്ള ഗിത്താ-
റുഴിഞ്ഞു പറക്കുന്ന
നിൻ കൈയിലേക്കും
ശരത്തിന്നു മുത്തം-
കൊടുത്തുമിടംകോ-
ലിടും തീയിലേക്കും
വിയത്തിങ്കലൂടെ
ചുഴിഞ്ഞെത്തിടുന്ന
നിശയ്ക്കുള്ളിലേക്കും
തിരിച്ചെത്തിയല്ലോ
പ്രിയേ, വീണ്ടുമെത്തി!

ചോദിച്ചിടുന്നു ഞാൻ
എല്ലാർക്കുമപ്പവും
പുത്രികാരാജ്യവും,
വേലയെടുക്കുവോർ,
ഭാവിയില്ലാത്തവർ,
വേണമവർക്കായി
മണ്ണും; നമുക്കില്ല
വിശ്രമ, മെൻ ചുടു-
രക്തത്തിനു, മെന്റെ

പാട്ടിനുമെന്നിയേ
ആവില്ലെനിക്കുപേ-
ക്ഷിച്ചുപോയിടുവാൻ
നിൻ പ്രേമവായ്പിനെ-
യെന്റെയന്ത്യം വരെ!

ആകയാൽ: ഇന്നീ
പ്രശാന്തനിലാവിൽ നാം
ആടിത്തിമിർക്കണ-
മുല്ലസിച്ചീടണം.
സഞ്ചലിച്ചീടുന്ന
ഗിത്താറിൽ നമ്മുടെ
വഞ്ചിത്തുഴപ്പാട്ടു
നമ്മൾ പാടീടണം.
ആലസ്യമാണ്ടു ഞാൻ
വീഴുവോളം നമ്മ-
ളീ സ്വപ്നസംഗീത-
നൃത്തം തുടരണം.

യാത്രികൻ ഗാഢ-
മുറങ്ങുമീ രാത്രിയിൽ
ജാഗ്രതയോടെ നീ
കാവലിരിക്കയും
ഓടിനടന്നു നടന്നു
നിൻ വേലകൾ
ഓരോന്നു തീർക്കയും
ചെയ്യുമിത്തോപ്പിലെ
സങ്കേതമാമെ-
ന്നുറക്കമിളപ്പിന്റെ
സർവ്വസ്വമാണെന്നു
നീയറിയില്ലയോ? ■

എൺപത്തിയൊന്ന്

ഇന്നു നീയെന്റേതാണെന്റെ സ്വപ്നം
തന്നിലെ നീ, നിന്റെ സ്വപ്നവുമായ്.
അല്ലലും വേലയും പ്രേമവും മ-
റ്റെല്ലാമിത്തവ്വിലുറങ്ങിടട്ടെ
രാത്രി കറങ്ങുന്നതിന്നദൃശ്യ-
ചക്രങ്ങളിൽ, പ്രിയേ, യെത്ര ശുദ്ധം
എന്റെയരികിലുറങ്ങിടുന്ന
കുന്തിരിക്കമെന്നമാതിരി, നീ.

ഇല്ല, നീയല്ലാതെ മറ്റൊരാളു-
മില്ലെൻ കിനാക്കളിൽ വീണുറങ്ങാൻ
കാലജലധിയിലോമലാളേ,
നീ പോകും, നമ്മളൊന്നിച്ചുപോകും
ഇല്ല, നീയല്ലാതെ മറ്റൊരാളു-
മില്ലെൻ നിഴൽപ്പാടിൽ യാത്രചെയ്യാൻ
നീ മാത്രം, നിത്യഹരിതയാകും
നീ മാത്രം, എൻ സൂര്യനെന്റെ ചന്ദ്രൻ.

നീ തുറന്നല്ലോ ചുരുട്ടിയ നിൻ
നേർത്ത കരങ്ങളതിന്നു ദൂരെ
പോകും മൃദുവായ ലാഞ്ഛനകൾ
ദൂരെക്കളയുക, നീ മിഴികൾ
രണ്ടുമടച്ചു നരച്ചുപോയ
രണ്ടു ചിറകുപോൽ, ഞാൻ നടന്നു.

എന്നെ വഹിക്കുന്ന, നീ വഹിക്കും
നീരിൻ ഞൊറികളെ പിൻതുടർന്നു
ലോകവും രാത്രിയും കാറ്റുമൊന്നായ്
നൂല്ക്കുന്നവരുടെ ഭാഗധേയം
നീയില്ലാതോമലേ, നിന്റെ സ്വപ്ന-
മാണു ഞാനത്രേ, യതത്രമാത്രം.

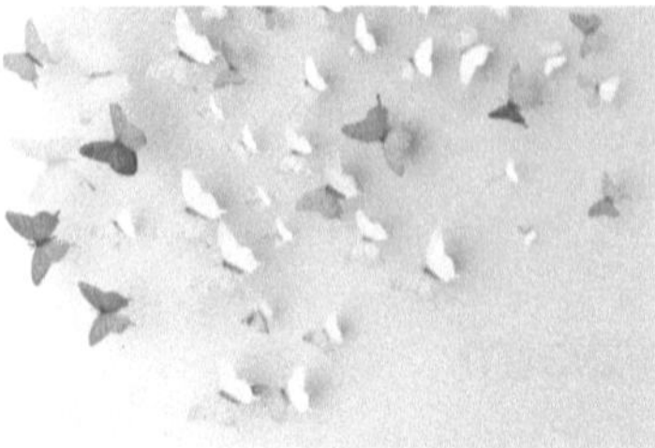

എൺപത്തിരണ്ട്

നമ്മളി രാത്രിതൻ
കതകടയ്ക്കേ
പോരികെന്നോടൊത്തി-
നിഴലിലൂടെ
മതിയിനി സ്വപ്നങ്ങ-
ളെൻ മിഴിയിൽ
മമ സഖി, നീ വരൂ
നിന്റെ വാനം
പരത്തുക സ്വയം നീയെൻ
നിണത്തിലൂടെ
വിസ്തൃതമാമൊരു
നദിയെന്നപോൽ.

കഴിഞ്ഞ കാലത്തിലേ-
യ്ക്കനുദിനവും
പൊഴിയുന്ന നിർദ്ദയ-
പകൽവെട്ടമേ,
വിട പറയട്ടെ ഞാ-
നോറഞ്ചിന്റെ
കാവലിന്നോരോരോ
കിരണത്തോടും.
നിഴലുകളേ, യിട-
വിട്ടണയും
പ്രിയസുഹൃത്തേ, യെന്റെ
സ്വാഗതോക്തി.

ജലത്തി, ലീ നൗകയിൽ
മൃതിയിൽ പിന്നെ
പുതുജീവിതത്തിന്റെ
വഴികളിലും,
ഉറക്കത്തിലുണർവിലും
നമ്മൾ രണ്ടും
ഒരുമിച്ചുചേരുക-
യാണു വീണ്ടും.
രക്തത്തിനുള്ളിൽവെ-
ച്ചോമലാളേ,
നമ്മളീ രാത്രിതൻ
വിവാഹമല്ലേ?

ആരിതെന്നെനി-
ക്കൊട്ടുമറിയുകില്ല
ആരൊക്കെ ജീവിച്ചു
മരിച്ചിടുന്നു.
ആരുണർന്നെഴുന്നേ-
റ്റിരുന്നിടുന്നു
ആരുമാകട്ടെ
നിന്നന്തരംഗം
വിഭാതത്തിൻ ഭംഗിക-
ളോമലാളേ,
വിതരണം ചെയ്കയാ-
ണെന്റെയുള്ളിൽ! ■

എൺപത്തിമൂന്ന്

പ്രിയേ, രാത്രി നിന്നെ തടഞ്ഞിടാത്തതു
വളരെ നന്നെന്നു തോന്നി
അതീവവ്യഗ്രവുമദൃശ്യവുമായ് നീ
നിശയിൽ നിദ്രകൊള്ളുമ്പോൾ
അഴിച്ചുമാറ്റുന്നെൻ ഭ്രമാത്മകമായി
കുഴയ്ക്കും സന്നിദ്ധഭാവം.

ഈറയഭാവം, നിൻ ഹൃദയം
സ്വപ്നയാത്ര ചെയ്‌വു
നിന്റെ മെയ് ശ്വസിപ്പതേവം
കൈയൊഴിഞ്ഞപോലെ
എന്നെ നീ തിരഞ്ഞീടുന്നു
കണ്ടുമുട്ടിടാതെ
കൂരിരുട്ടിൽ സസ്യമൊന്നു
വ്യാപിച്ചിടുംപോലെ
നിദ്ര പൂർത്തിയാക്കി ഞാനെ-
ന്നോമലാളേ മെല്ലെ.

സജീവമായ് നാളെയുണർന്നെണീക്കുമ്പോൾ
പ്രിയേ, നീ മറ്റൊരാളാകാം.
കഴിഞ്ഞ രാത്രിതൻ പുരോഭാഗേനിന്നു
കൊഴിഞ്ഞുപോയതാമെന്തോ
അതിന്റെയസ്തിത്വമതിന്റെയില്ലായ്മ
അവിടെ നാം നമ്മെ കാണും.

ജീവിതപ്രകാശത്തിൽനി-
ന്നെന്തോ ചിലതെല്ലാം

കൊണ്ടുവന്നിടുന്നു മൂടാൻ
നമ്മൾ രണ്ടുപേരെ
കൂരിരുട്ടിൻ മുദ്രയെന്ന
പോൽ രഹസ്യമായ
പ്രാണിയടയാളപ്പെടു-
ന്നഗ്നിയതിനൊപ്പം. ■

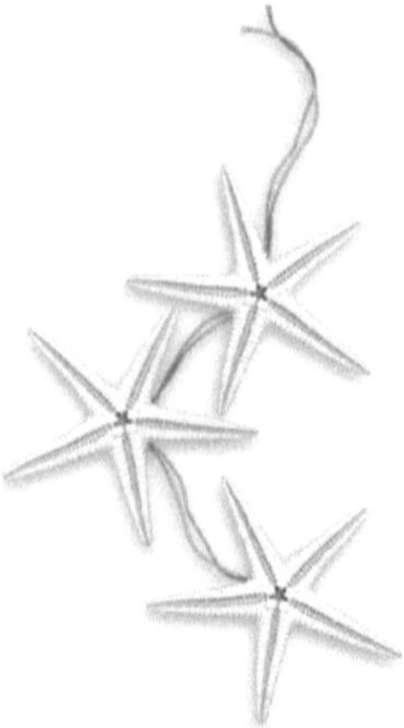

എൺപത്തിനാല്

ഒരു വട്ടംകൂടി-
യെൻ പ്രിയതമേ, യീ
പകലിന്റെ വല-
ക്കണ്ണിക്കറുതിയായി
പണി, ചക്ര, മഗ്നി-
യിവയ്ക്കൊക്കെ വിട
പറഞ്ഞിടം കൂർക്കം
വലിക്കുമൊപ്പം.

പൃഥ്വിയും പ്രകാശവു-
മിവയിൽനിന്നും
മദ്ധ്യാഹ്നമെടു-
ത്തലയിളക്കിടുന്നു.
ഗോതമ്പും രാത്രിയു-
മിവയ്ക്കു മുമ്പിൽ
നമ്മളെ നാം സ്വയം
സമർപ്പിക്കുന്നു.

വെളുത്തതാമിത-
ളിന്റെ നടുത്തടത്തിൽ
പൂന്തിങ്ക, ളതുമാത്രം
വിലസിടുന്നു.
സ്വർഗ്ഗീയതുറ-
മുഖസ്തൂപങ്ങളെ
താങ്ങുന്നു, പിൻ-
താങ്ങി നിറുത്തിടുന്നു.

ശയനീയമക-
മുറി കാഞ്ചനത്തിൻ
മന്ദത കൈവശ-
പ്പെടുത്തിടുന്ന
നിന്നിരുകരങ്ങളും
ചലിച്ചിടുന്നു
രാത്രിയെ തയ്യാറാ-
ക്കാനൊരുങ്ങിടുന്നു.

പ്രിയേ, നിശേ, താഴിക-
ക്കുടമേ, വാനിൻ
നിഴലിന്നഭേദ്യമാം
നീരിനാലേ,
വലയം ചെയ്തൊരു
കാറ്റിൻ മുന്തിരിയാൽ
അതു മുങ്ങിത്താ-
ണതാ പോയിടുന്നു.
ദീർഘമാമൊരു മന്ദ-
നദിക്കിയലും
സ്പന്ദനമതു വെറും
ബിന്ദുമാത്രം.
തമോമയമാ-
മൊരു ശൂന്യസ്ഥലം
വെണ്ണീറാൽ നിറ-
ഞ്ഞൊരു പാനപാത്രം. ■

എൺപത്തിയഞ്ച്

അവ്യക്തമായ മൂടൽ-
മഞ്ഞാകെയൊഴുകുന്നു
അങ്ങതാ കടലിൽ നി-
ന്നീ തെരുവിൽ
മണ്ണിനടിയിൽ പെട്ട
കന്നുകാലിതന്നുയിർ
പൊങ്ങുന്നിതാവിയായി-
ട്ടെന്നപോലെ.
വെള്ളത്തിനതിദീർഘ-
നാവുകളധികവു-
മൊന്നുചേർന്നീ മാസത്തി-
ലുടനീളവും
നമ്മൾതൻ ജീവിതങ്ങൾ
സ്വർഗ്ഗീയമാക്കുമെന്ന
പൊന്നുവാഗ്ദാനം നമു-
ക്കേകിയില്ലേ?

മാർച്ചുമാസത്തിൽ, ശരൽ-
കാലത്തിൽ, പച്ചിലത്തേ-
നീച്ചക്കൂടുച്ചലമായ്
വിസിലടിക്കേ,
നമ്മുടെ നഗരത്തിൻ
മേലേ നിൻ കൊടിക്കൂറ
മന്ദമായ് പാറിപ്പാറി
പറന്നിടുമ്പോൾ
വാഹിനികൾക്കാവേശ-
പൂർവ്വകം യാത്രാമൊഴി

മാനിനിമാരൊന്നായി
ചൊല്ലിടുമ്പോൾ
അശ്വങ്ങൾ ചിനുചിനെ
ചിനയ്ക്കുന്നു, കുതിക്കുന്നു
'പാറ്റഗോണിയ'[1] നോക്കി
പാഞ്ഞിടുന്നു.

നിൻ മുഖത്തോമലാളേ
കാൺമു ഞാനത്യാഹ്ലാദം
നിർമ്മലമാകുമൊരു
സന്ധ്യയുടെ
പാടലവീഞ്ഞു മൊത്തം
നീരവം പടരുന്നു
ആയതു പ്രണയത്തെ-
യുയർത്തിടുന്നു.
ആകാശസീമയിലെ
അശ്വലാടത്തിനുള്ള
അക്കേൾക്കും പടപട-
ധ്വനികൾക്കൊപ്പം.

നമ്മൾതൻ മേനിയിലെ
രാത്രിതന്നഗ്നിയിലേ-
ക്കെൻ മനോമോഹിനി, ഞാൻ
ചരിഞ്ഞിടുന്നു.
നിൻ മുലമാത്രമല്ല,
ഞാനിഷ്ടപ്പെട്ടീടുന്ന-
തെന്നാലീ ശരൽക്കാല-
ചാരുതയും
ഈ മൂടൽമഞ്ഞിലൂടെ
ഇങ്ങനെ പരക്കുന്നു
ഇയാഴക്കടലിന്റെ
നീലനിണം. ■

1. Patagonia: ലാറ്റിനമേരിക്കയുടെ തെക്കേ മുനമ്പിൽ, അർജന്റീനയിലും ചിലിയിലുമായി വ്യാപിച്ചുകിടക്കുന്ന ഒരു മരുപ്രദേശം.

എൺപത്തിയാറ്

തെക്കൻപ്രദേശക്കുരിശോ ഗന്ധ-
ഭാസുരക്ലോവറു താനോ.
നിൻ മൃദുമേനിയിലേറി നാലു
ദൈവികചുംബനമേകി.
യാത്രചെയ്തു പ്രതിചരായയ്ക്കുമെൻ
തൊപ്പിക്കുമൊക്കെയെതിരായ്
മുറ്റും തണുപ്പിന്നകത്തുകൂടി
ചുറ്റിയടിച്ചുപോയ് ചന്ദ്രൻ.

പിന്നെയെന്നോമലാൾക്കൊപ്പമതെ,
എന്റെ പ്രിയതമയ്ക്കൊപ്പം.
നീലിച്ച മഞ്ഞിന്റെ വജ്രമായി
വാനിന്റെ ശാന്തതയായി
കണ്ണാടിയായി നീ കാണപ്പെട്ടു
നന്നായി രാവു നിറഞ്ഞു
കമ്പനംകൊള്ളുന്ന നിന്റെ നാലു
മുന്തിരിച്ചാറിന്നറയിൽ.

സംശുദ്ധസ്നിഗ്ദ്ധമത്സ്യത്തിന്നുള്ള
നാഡി മിടിക്കുന്ന വെൺമ
പച്ചക്കുരിശ്ശുതിദീപ്തമായ
ഛായാതലങ്ങൾതൻ 'പാർസ്‌ലേ'[1]

---

1. Parsley: മെഡിറ്ററേനിയൻ പ്രദേശത്തിന്റെ മദ്ധ്യഭാഗത്ത് സമൃദ്ധമായി വളരുന്ന ഔഷധസസ്യം. പച്ചക്കറിയായും ഇത് ഉപയോഗിക്കുന്നുണ്ട്.

ആകാശപൂർണ്ണിമയ്ക്കായി ശിക്ഷ-
യേല്ക്കുന്നു തൈജസകീടം.

ഒന്നിളവേല്ക്ക നീയെന്നിൽ- നമ്മൾ
കണ്ണടച്ചീടുക മെല്ലെ
തെല്ലിട നിദ്രകൊണ്ടീടാം വരൂ
മർത്യത ചേരുമീ രാവിൽ
നാലു വശങ്ങളിലെന്നിലുള്ള
നക്ഷത്രക്കൂട്ടം തെളിക്കൂ. ■

എൺപത്തിയേഴ്

കടലിലെ കിളി മൂന്ന്, സൂര്യ-
കിരണഭംഗികൾ മൂന്ന്, പിന്നെ
മൂന്നു കത്രികയിവ തണുത്ത
ഗഗനസീമ മുറിച്ചുപാഞ്ഞു.
ദൂരെദൂരെ 'ആന്റോഫാഗ-
സ്റ്റാ'[1]വിൽ നോക്കിയതു നിമിത്തം
വായുവാകെ കിടുകിടുക്കം
കൊണ്ടുപോയി, സകലതിനും
കിടുകിടുക്കം മുറിവു പറ്റിയ
കൊടികളെന്ന മട്ടിലായി.

ഹേ, വിവിക്തതേ, നീ തരിക
നിന്നനന്തമൂലസംജ്ഞകൾ
ക്രൂരരായ പക്ഷികൾതൻ
വഴി - ഞെരുക്കമൊരു വഴി - താൻ
സ്പന്ദനങ്ങൾ തീർച്ചയായും
മധുമധുരമായ ഗാനം.
കടൽ, പിറവിയെന്നിവയുടെ
മുന്നേ തന്നെ വന്നിരിക്കാം.

സുസ്ഥിരമാമൊരു മുഖത്താ-
ലുദ്ധരിച്ചാധാരമാക്കിയൊ-
രീ വിവിക്തത, സുസ്ഥിരമായ്

---

1. Antofagasta: ചിലിയുടെ വടക്കൻ പ്രദേശത്തുള്ള തുറമുഖനഗരം.

പൊങ്ങിനിൽക്കും ശാന്തസുന്ദര-
മൊരു കുസുമമെന്ന പോലെ
ശുദ്ധതാരസഞ്ചയങ്ങൾ
തിങ്ങിവിങ്ങും നീലവാനം
തന്നിലെത്തിച്ചേരുവോളം.

കടലിനുള്ള ദ്വീപുകൾതൻ
സഞ്ചയങ്ങൾക്കാകെയുള്ള
തണുതണുത്ത ചിറകുമൊത്തം
പോയ്മറഞ്ഞീ ചിലിയുടെ
പൂർവ്വോത്തരദിക്കാകെയുള്ള
മണലു ലക്ഷ്യമാക്കി വേഗം
രാത്രി, തൻസ്വർഗ്ഗീയമാമോ-
ടാമ്പലിലേക്കായി വീണു. ■

എൺപത്തിയെട്ട്

മാർച്ചതിന്റെ രഹസ്യവെട്ടവു-
മായ് മടങ്ങി വന്നെത്തുന്നു.
ആകാശത്തിന്നിടയിലൂടേറെ
മത്സ്യത്തിന്റെ ചലനങ്ങൾ
വ്യക്തമല്ലാത്ത ഭൗമധൂമങ്ങൾ
ശാന്തമായ്ച്ചരിച്ചീടുന്നു
ഒന്നിനു പിന്നിലൊന്നായി സർവ്വം
വന്നു നിശ്ശബ്ദമാകുന്നു.

ഈയലയും ദിനാന്തരീക്ഷത്തിൽ
ഈ പ്രതിസന്ധിവേളയിൽ
അഗ്നിജീവിതംതന്നിലേക്കുള്ളൊ-
രിക്കടൽ ജീവിതത്തിൽ നീ
ഭാഗ്യ, മെന്തൊരു ഭാഗ്യ, മോമലേ,
നീ മന്ദം വന്നു ചേരുന്നു.
ശൈത്യകാലത്തിൻ നൗകതൻ ചാര-
വർണ്ണമായ ചലനങ്ങൾ
പ്രണയം രൂപപ്പെടുത്തിടുന്നതു
ഗിത്താറിൽ മുദ്ര ചാർത്തുന്നു.

ഫേനവും മത്സ്യകന്യകമാരും
റോജയെയാർദ്രമാക്കുന്നു.
നർത്തനമാടി, യഗ്നി കാണാത്ത
കൽപ്പടവുകൾ കേറുന്നു.

നിദ്രയില്ലാത്ത രാത്രിയിലതു
രക്തമാകെയുണർത്തുന്നു.

വാനിലെത്തിരയാകയാൽ, സ്വയ-
മോമലേ, ക്ഷയിപ്പിക്കുന്നു.
സാഗരങ്ങൾ മറന്നിടുന്നതിൻ
സാമഗ്രികളെ, സിംഹത്തെ
ലോകമാകെത്തളർന്നു വീഴുന്നു
കാർനിഴലിൻ വലകളിൽ. ■

എൺപത്തിയൊമ്പത്

മരണനേരത്തെൻ മിഴികളിൽ നിന്റെ
കരങ്ങൾ ചേർത്തു നീ വെയ്ക്കൂ.
അരുമയാകുമക്കരങ്ങൾതൻ വെട്ടം
അതിന്റെ ഗോതമ്പുമൊപ്പം
എനിക്കു വേണം, പിന്നൊരു കുറി കൂടി
അവയ്ക്കെഴും നവോന്മേഷം
പകരണ, മെന്റെ വിധി തിരുത്തിയോ-
രതിൻ മൃദുലതകൂടി.
അറിയണ, മതിന്നനുഭൂതി കൂടി
എനിക്കനുഭവിക്കേണം.

നിന്റെ നിദ്രതന്നിൽ നിന്നെ
കാത്തുനില്ക്കുന്നേരം
നിന്റെ ജീവിതത്തിനായി
ഞാൻ കൊതിച്ചിടുന്നു.
ഇക്കുളുർകാറ്റെത്തിടുമ്പോ-
ളന്നു പോലെ ഇന്നും
നിൻ ചെവികൾ കേൾപ്പതിന്നായ്
ഞാൻ കൊതിച്ചിടുന്നു.
എന്നും നമ്മളിഷ്ടപ്പെട്ടൊ-
രിക്കടൽസുഗന്ധം
മൂക്കിനുള്ളിൽ നീ പിടിക്കാൻ
ഞാൻ കൊതിച്ചിടുന്നു.
വെൺമണൽത്തടത്തിലൂടെ
നമ്മൾ നടന്നീടും

ഈ നടപ്പിനിയും നീട്ടാൻ
ഞാൻ കൊതിച്ചിടുന്നു.

കൊതിപ്പതൊക്കെയും ലഭിക്കണമെനി-
ക്കിവിടെ ജീവിച്ചുപോകാൻ
എനിക്കേറ്റം പ്രിയമെഴുന്നവൾ നീ, നിന്നെ
ക്കുറിച്ചു മറ്റെന്തിലും മേലേ
പ്രകീർത്തിച്ചു വളർന്നൊരു ഫുല്ലപുഷ്പ-
ത്തികവു നേടുവാനായി.

ആകയാൽ പ്രിയേ, പ്രണയം
ലക്ഷ്യമിടും സർവ്വം
ആകുമല്ലോ നേടാൻ നിന-
ക്കെന്റെയോമലാളേ
ആകയാലെൻ നിഴലിനു
നിൻ മുടി തന്നുള്ളിൽ
ആകുമല്ലോ മുന്നോട്ടുള്ള
യാത്ര തുടർന്നീടാൻ
ആകയാലേ പഠിക്കുവാ-
നെന്തുമെന്തുമിപ്പോൾ
ആകുമല്ലോയെന്റെ പാട്ടിൻ
പ്രേരണകൾ കൂടി. ■

തൊണ്ണൂറ്

മരിച്ചിടുന്നോ
ഞാനെന്നായെൻ
ചിന്തക, ളന്നേരം
അടുത്തറിഞ്ഞേൻ
മരണത്തിന്റെ
കൊടുംതണുപ്പെല്ലാം
അറിഞ്ഞു പിന്നെ
ജീവിതവീഥിയിൽ
എനിക്കു നീ മാത്രം
അടുത്തു നില്പൂ
നീയെൻ പിന്നിൽ
അതെന്തൊരാശ്വാസം
ഭൂമിയിലെന്റെ
പകലും രാവും
നിൻ മുഖമൊന്നല്ലോ
നിൻ പൂമെയ്യെ-
ന്നുമ്മകൾ തീർത്തൊരു
'റിപ്പബ്ലിക്ക'ല്ലോ.

അന്നേരത്തെൻ
വായന നിർത്തി
സൗഹൃദബന്ധങ്ങൾ,
കുമിഞ്ഞുകൂടിയ
സമ്പത്തുക്കൾ,
നമ്മൾ നിർമ്മിച്ച
സുതാര്യസുന്ദര-
മന്ദിരമങ്ങനെ

സകലതുമപ്പൊഴുതിൽ
പ്രിയമുള്ളവളേ,
പരിത്യജിച്ചു
നിൻ മിഴിയൊഴികേ ഞാൻ.

എന്തെന്നാ, ലീ
ജീവിതമിങ്ങനെ
പീഡിപ്പിക്കുമ്പോൾ
മരണം വന്നെൻ
വാതിൽപ്പടിയിൽ
മുട്ടിവിളിക്കുമ്പോൾ
പ്രണയം മാത്രം
വൻതിര, യെല്ലാ
തിരകൾക്കുംമേലേ!

നിതാന്തശൂന്യത-
യതിനെതിരെ നിൻ
കണ്ണാട്ടംമാത്രം
തിങ്ങുമിരുട്ടി-
ന്നെതിരെ നിന്റെ
വെട്ടങ്ങൾമാത്രം
കരിനിഴലെങ്ങും
പ്രതിരോധിക്കാൻ
അനുരാഗംമാത്രം! ■

തൊണ്ണൂറ്റിയൊന്ന്

ചാറ്റൽമഴപോൽ
പ്രായം നമ്മെ
ചുറ്റിപ്പൊതിയുകയല്ലോ
നേരവുമെന്നിലെ
ദുഃഖവുമൊരുപോൽ
തീരാതിഴയുകയല്ലോ
നിന്റെ മുഖത്തൊരു
ലവണത്തൂവൽ
സ്പർശിക്കുകയാണല്ലോ
എൻ കവചത്തെ-
യല്പാല്പം സഖി,
എന്തോ തിന്നുകയല്ലോ.

കാലം നിന്നിലെ
മധുരഫലങ്ങളു-
മെന്നിരുകൈയും തമ്മിൽ
ഇല്ല, വിവേചി-
ച്ചറിയുന്നില്ലതു
മഞ്ഞാൽ, മുൾമുനയാലും
കുത്തിച്ചെത്തി-
നുറുക്കുകയല്ലോ
നിന്നുടെ ജീവിതമേവം
നിന്നുടെ ജീവിത-
മെന്നാലായതു
എന്നുടെ ജീവിതമല്ലോ.

അന്നു നിനക്കായ്
തന്നൊരു ജീവിത-
മെന്റേതതിൽ നിറയുന്നു.
കുലകുലയായി-
പ്പെരുകിവരും നറു-
മുന്തിരിയെന്നതുപോലെ
മുന്തിരിയിന്നറു-
മുന്തിരിയൊടുവിൽ
വീണടിയും പൊടിമണ്ണിൽ!
ഇപ്പൊടിമണ്ണിൽ
വീണ പഴങ്ങൾ
വീണ്ടും വീണ്ടും മുളപൊട്ടും!

വീണടിയുന്നു
താഴെ, പക്ഷേ
കാലം പിൻതുടരുന്നു.
മണ്ണിൽ, ഇപ്പൊടി-
മണ്ണിൽ മഴയ്ക്കായ്
കാലം തല്പരനായി
കാത്തുകിടപ്പൂ
വിയോഗസ്മരണകൾ
പോലും മായ്ച്ചുതുടയ്ക്കാൻ! ■

തൊണ്ണൂറ്റിരണ്ട്

ഓമലേ, നീ മരിക്കുന്നതില്ല
ഞാൻ മരിക്കയാണെന്നിരുന്നാലോ
ഓമലേ, ഞാൻ മരിക്കുന്നതില്ല
നീ മരിക്കയാണെന്നിരുന്നാലോ
വേണ്ട നമ്മൾതൻ ദുഃഖം വിശാല-
മേഖലയിലേക്കെത്തിച്ചിടേണ്ട
ഇല്ല, വിസ്തൃതിക്കില്ല കേമത്തം
ഇല്ല, നമ്മൾതൻ നാടിനെക്കാളും.

ഗോതമ്പിനുള്ളിലുള്ള പൊടി, മരു-
ഭൂവിലെ മണൽ, കാലം, തിരയും
തിട്ടമില്ലാത്ത കാറ്റും തുടച്ചു-
മാറ്റി നമ്മളെ സഞ്ചരിക്കുന്ന
വിത്തുമാതിരി, യോമലേ, നമ്മൾ
കണ്ടുമുട്ടാതിരുന്നിടാം തമ്മിൽ!

നമ്മൾ നമ്മളെ കണ്ടുപിടിച്ചോ-
രിമ്മനോരമ്യമൈതാനഭൂമി
കുഞ്ഞനന്തത! ഞങ്ങളിതിനെ
തന്നിടുന്നു തിരിച്ചെന്നിരിക്കിൽ
ഇപ്രണയം പ്രിയതമേ, മന്നി-
ലില്ലൊരിക്കലും തീരുകയില്ല.

ഇപ്രണയത്തിനില്ല ജനനം
ഇപ്രണയത്തിനില്ല മരണം
ഏറെ ദീർഘമൊരു നദിയെന്ന
പോലെയാണിപ്രണയ, മതിന്റെ
തീരഭൂമികളാകെ മാറുന്നു
മാറിടുന്നധരങ്ങളും പിന്നെ. ■

തൊണ്ണൂറ്റിമൂന്ന്

ഏകദാ പ്രിയേ, നിന്റെ
മാറിടമൊതുങ്ങുകിൽ
ഏതുമാകട്ടെ, യതിൻ
ചലനം നിറുത്തുകിൽ
രക്തനാളത്തിന്നാളി-
ക്കത്തലും നിലയ്ക്കുകിൽ
ശബ്ദമാ വായിൽനിന്നും
വാക്രൂപം പ്രാപിക്കാതെ
രക്ഷപ്പെട്ടൊരു മട്ടിൽ
പുറത്തുകടന്നെങ്കിൽ
നിന്നിരുകരങ്ങളും
പറക്കാൻ മറന്നെങ്കിൽ
മന്ദമിന്നവ ചെന്നു
നിദ്രയെ പ്രാപിച്ചെങ്കിൽ!

എന്റെ മെറ്റിൽഡാ, പ്രിയേ,
നീ തുറക്കുക നിന്റെ
ചുണ്ടുകൾ രണ്ടും പാതി-
യെന്തുകൊണ്ടെന്നാൽ ചൊല്ലാം
അന്ത്യചുംബനമെന്നിൽ
തങ്ങിനില്ക്കണം, നിന്റെ
രണ്ടു ചുണ്ടിലുമെന്നും
നിശ്ചലം നിന്നീടണം.
ശാശ്വതമായിത്തന്നെ-
യതിനാൽ, പ്രാണപ്രിയേ,

പോരണമെന്നോടൊപ്പം
മൃത്യുവിലേക്കുംകൂടി.

അമിതാവേശം പൂണ്ട
നിൻ ചുണ്ടിൽ ചുംബിച്ചു ഞാ-
നമലേ, മരിച്ചിടു;-
മക്കുളിർമേനിക്കെഴും
അഴകിൻ പഴത്തിന്റെ
നഷ്ടകന്ദളങ്ങളെ
തഴുകിത്താലോലിച്ചു
തങ്കമേ, തരിച്ചിടും
പൂട്ടിയ നിൻ നീൾമിഴി-
വെട്ടത്തിനെക്കണ്ടു-
മുട്ടുവാൻ തേടിത്തേടി
ഞാനെങ്ങുമലഞ്ഞിടും.

നമ്മൾതന്നാലിംഗനം
ഭൂമി സ്വീകരിക്കുമ്പോൾ
നമ്മളൊന്നായി, യൊറ്റ-
മരണം പൂകീടുമ്പോൾ
ചുംബനമനശ്വര-
മതിൽ ഞാൻ ജീവിച്ചീടു-
മിമ്മന്നിലേവം പ്രിയേ
നിത്യത വരിച്ചീടും. ■

തൊണ്ണൂറ്റിനാല്

ഞാൻ മരിച്ചീടുകിൽ
ശുദ്ധമാം ശക്തിയാൽ
വൈവർണ്യതീക്ഷ്ണമാം
ശൈത്യമായി
മങ്ങാത്ത കണ്ണിന്റെ
മിന്നൽപ്പിണരുകൾ
തെക്കോട്ടു തെക്കോട്ട്
പോയിടട്ടെ.
ഗിത്താറുപോലെ നിൻ
ചുണ്ടുകൾ പാടണം
സൂര്യനിൽനിന്നതു
സൂര്യനിലും.

നിൻ മന്ദഹാസമോ,
നിൻ കാലടികളോ
യാത്രയ്ക്കെനിക്കായി
വേണ്ടതില്ല.
വേണ്ട വേണ്ടന്റെ
സന്തോഷത്തിൻ പൈതൃകം
വേണ്ട മരിക്കാ-
നെനിക്കു വേണ്ട.
മാറിടം തന്നിലേ-
യ്ക്കെന്നെ വിളിക്കേണ്ട
ഞാനിന്നാ മാറിടം
തന്നിലില്ല.

എന്നസ്സാന്നിദ്ധ്യത്തിൽ
ജീവിച്ചിടുക നീ
സുന്ദരഗേഹത്തി-
ലെന്നപോലെ.

അത്ര ബൃഹത്തര-
മാമൊരു ഗേഹമാ-
ണത്രേ വിയോഗ-
മതിൻ ചുവരിൽ-
ക്കൂടി നിനക്കു
നടന്നീടാം, ചിത്രങ്ങൾ
മാറുന്ന വായുവിൽ
തൂക്കിവെക്കാം.

അത്ര സുതാര്യത-
യുള്ളൊരു ഗേഹമാ-
ണത്രേ വിയോഗം
മരിക്കിലും നീ
നിന്നെ ഞാൻ കാണു-
മതിൽ സഖീ, നീയത്ര
ഖിന്നയോ? പിന്നെയും
ഞാൻ മരിക്കും! ■

തൊണ്ണൂറ്റിയഞ്ച്

ഇമ്മന്നിൽ ആരു പ്രേമിച്ചു
നമ്മൾ പ്രേമിച്ചമാതിരി?
തേടിപ്പോവുക പ്രാചീന-
കാലത്തെ പ്രേമവായ്പിനെ
കത്തിത്തീർന്നൊരു തീക്കൊള്ളി
എന്നപോലുള്ള ഹൃത്തിനെ
വീഴ്ത്തുക നമ്മൾതന്നുമ്മ
ഒന്നൊന്നായ് ഭൂവിലങ്ങനെ
വീണ്ടുമശ്ശൂന്യമാം പുഷ്പം
പൊങ്ങിപ്പൊങ്ങി വരുംവരെ.

പഴം തിന്നുക പ്രേമത്തിൻ
പടി വിട്ടു ഗമിക്കുക
അത്തരം പ്രേമമൊന്നില്ലേ
അതു നമ്മൾക്കുമായിടാം
അതിന്റെ പ്രതിബിംബം, പി-
ന്നതിൻ ശക്തിയുമൂഴിയിൽ
അതിന്റെ മാറ്റമില്ലാത്തോ-
രത്രമേൽ നേർത്ത മുള്ളുകൾ
കെടാത്ത വെട്ടമായ്ത്തീർക്കും
നിന്നെയും പിന്നെയെന്നെയും.

ശൈത്യകാലം, മഞ്ഞുവീഴ്ച
വസന്തം പിന്നെ വിസ്മൃതി
ശരൽക്കാലം, ആപ്പിളിന്റെ
തെളിവെട്ടക്കൂട്ടായ്മകൾ

കല്ലറയ്ക്കുള്ളിലായ് ഭദ്രം
അടക്കം ചെയ്തതല്ലയോ
പ്രേമത്തെ, യതിനെ വീണ്ടും
ആനയിക്കുക മത്സഖീ.

കുഴിച്ചിട്ട മുഖങ്ങൾതൻ
നിത്യതയ്ക്കുള്ളിലൂടവേ
പണ്ടത്തെ മൂകമാം പ്രേമം
പോകും പോക്കുകൾ മാതിരി
പുത്തനാം മുറിവുന്മേഷ-
പ്പുതുവെട്ടം തെളിക്കയായ്! ■

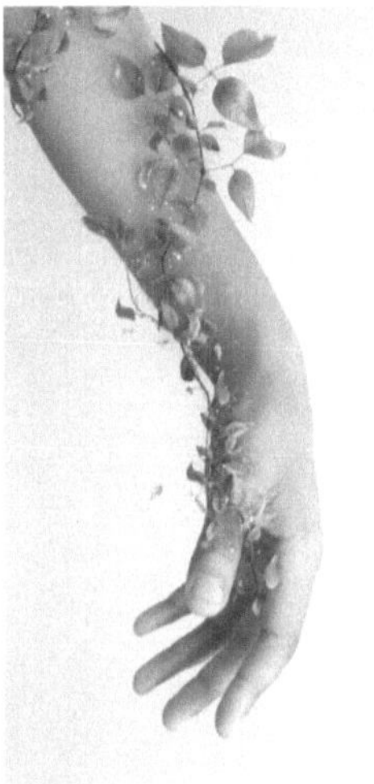

തൊണ്ണൂറ്റിയാറ്

നിനച്ചിടുന്നു ഞാൻ
പ്രിയേ, നീയിക്കുറി
പ്രണയിച്ചിടുമ്പോൾ
കടന്നുപോം കാലം.
പകരമെത്തിടും
പുതിയ നീലിമ
ഇതേയസ്ഥിക്കൂടിൽ
ബദലൊരു തൊലി
പൊതിഞ്ഞിടും വേറെ
മിഴിയിണകളാൽ
വസന്തമിക്കുറി
വരുമ്പോൾ കണ്ടിടും.

സമയത്തെ ബന്ധി-
ച്ചിവിടെ നിർത്തുവാൻ
പരിശ്രമിച്ചവ-
രവരാരുമില്ല.
ഇടപാടു സർവ്വം
പുകയിലായവർ,
പ്രമാണിമാർ, പിന്നെ
വലിയ വർത്തകർ,
ക്ഷണികജീവിതം
വിധിക്കപ്പെട്ടവർ
ഇവർക്കു സർവ്വർക്കു-
മിനിയും മുന്നോട്ടു
കുതിച്ചുനീങ്ങുവാൻ

വിഷമ, മേവരും
കയറിനാൽ സ്വയം
നിബന്ധിതരല്ലോ.

കരുണയറ്റവർ
കറുത്ത കണ്ണട
ധരിച്ച ദൈവങ്ങൾ
കടന്നുപോയിടും
കവിതയിൽ കാണും
മുടിയെഴുന്നവർ
ഇറച്ചി തിന്നുവോർ
ചെറിയ ചെള്ളുകൾ!

ധരണി വൃത്തിയായ്
കഴുകിടും നേരം
ഇതരകണ്ണുകൾ
പിറക്കും വെള്ളത്തിൽ
ഇവിടെ ഗോതമ്പോ
തഴച്ചുപൊന്തിടും
മിഴിനീരില്ലാതെ
നനയ്ക്കാതെതന്നെ. ■

തൊണ്ണൂറ്റിയേഴ്

ഈ ദിവസങ്ങളി-
ലൊരുവനു വാനിൽ
പൊങ്ങിപ്പാറി-
പ്പോയേ പറ്റൂ
എവിടേക്കെന്നാൽ
പോകും? ചിറകുക-
ളിവനി, ല്ലിവനു
വിമാനവുമില്ല.
എങ്കിൽപോലു-
മുയർന്നു പറക്കുക-
യാണിവനില്ലൊരു
സംശയലേശം.
കാലടി നീങ്ങി-
പ്പോകുന്നതിലൊരു
കാണിയുമില്ല
പ്രയോജനമോർത്താൽ
അവയെന്നാലീ
യാത്രക്കാരനെ
അണുവും മുന്നോ-
ട്ടാക്കുന്നില്ല.

ഓരോ നിമിഷവു-
മൊരുവനു വാനിൽ
പാറിപ്പാറി-
പ്പോയേ പറ്റൂ.
ഗരുഡനുമീച്ചയു-
മാകാശത്തിൽ

ഗമനാഗമനം
ചെയ്യുംപോലെ
ദിനമോരോന്നും
അതിവേഗത്തിൽ
അറിയാതങ്ങനെ
പായുംപോലെ
നമ്മൾ പറക്കുക,
ശനിയുടെ വലയം
നമ്മുടെ കാലി-
ന്നടിയിൽ വരുത്തുക
മതി, നാം മണിക-
ളൊരുക്കുകയവിടെ
മണിഗോപുര-
മൊന്നുണ്ടാക്കീടുക.

പാപ്പാസ്സിന്നും
കാൽപ്പാതയ്ക്കും
ഇല്ല പ്രയോജന-
മൊട്ടും മേലിൽ
മേലി, ലുഴന്നു
നടക്കുന്നോർക്കീ
ഭൂമികകൊണ്ടൊരു
കാര്യവുമില്ല.
രാത്രിയിലൂടീ
ഭൂവിലെ വേരുക-
ളത്രയുമയ്യോ
റദ്ദായിപ്പോയ്!

വന്നു ഭവിക്കും
മറ്റു ഗ്രഹങ്ങളി-
ലൊന്നിൽ നീയെ-
ന്നാണു നിയോഗം
പിടിവാശികളാൽ
രൂപം മാറി-
യവിടെ പോപ്പി-
പ്പൂവായ് വിടരാം. ■

തൊണ്ണൂറ്റിയെട്ട്

ഓരായിരം കരങ്ങളി-
ലമരുമിപ്പത്രം പക്ഷേ
ഒരു കൈയാലൊറ്റവാക്കാൽ
കുറിച്ചതത്രേ.
അവശേഷിക്കുന്നതില്ല
നിൻ മനസ്സിനുള്ളിലവ
അവ സ്വപ്നം കാണുവാനു-
മത്ര നന്നല്ല.
ഭൂതലത്തിലേക്കു വന്നു
പൊഴിയുകയാണവകൾ
ഭൂതലത്തിൽതന്നെയവ
തുടർന്നീടുന്നു.

വെളിച്ചമോ പ്രശംസയോ
പാനപാത്രത്തിന്റെ വക്കിൽ
തളിച്ചതു പക്ഷേ, യത്ര
കാര്യമാക്കേണ്ട.
അവയെല്ലാം വീഞ്ഞിനുള്ള
ഹർഷപൂർവമന്ദപ്രഭാ-
വീശലായിരുന്നുവെങ്കിൽ
പ്രിയമുള്ളോളേ,
ഒരു വാടാമല്ലികപോൽ
ധൂമ്രവർണ്ണവിവർണ്ണമായ്
തവ മുഖം മാറിമാറി-
ച്ചമഞ്ഞുവെങ്കിൽ!

പദമിതു മേലിലാരു-
മൊച്ച താഴ്ത്തിച്ചൊല്ലിടേണ്ട
കടലിലെ കരിംപാറ-
ച്ചങ്ങലക്കൂട്ടം.
എന്റെയോർമ്മക്കടൽപ്പത
കടഞ്ഞതിൻ ശേഷമതു
എന്തുകൊണ്ടു വരു, മെന്തു-
കൊണ്ടു പോയീടും?

നിന്റെ നാമം കുറിക്കുക-
യെന്നല്ലാതെയൊന്നും വേണ്ട,
പിന്നെയടയിരിക്കുന്നെൻ
പ്രണയമിപ്പോൾ.
മൂകമാക്കുമതിനെ, യെ-
ന്നിരിക്കിലും വഴിയെ, യാ-
വസന്തം വന്നതിൻ വിധി
പറയുമല്ലോ. ■

തൊണ്ണൂറ്റിയൊമ്പത്

ഭൂരുഹവല്ലികൾ,
ആകാശഗോളങ്ങൾ
ചേരുമിവയ്ക്കുള്ള മൂകതകൾ
ഏറെ ദുരൂഹ-
മിവയുടെയർത്ഥങ്ങ-
ളാരുമറിയും ദിനങ്ങളെത്തും
അന്നാളിലായിരം
സംശുദ്ധകാര്യങ്ങൾ
സംഭവിച്ചീടും നമുക്കു ചുറ്റും
അമ്പിളിക്കുള്ള
സുഗന്ധം മുഴുവനും
അന്നു ഗിത്താറിനുണ്ടായിരിക്കും.

അന്നത്തെ അപ്പങ്ങ-
ളെല്ലാമൊരുപക്ഷേ
നിന്നെപ്പോലുള്ളവയായിരിക്കാം
ആയവയ്ക്കോമലേ,
നിന്റെ ശബ്ദങ്ങളും
നിന്റെ ഗോതമ്പുമുണ്ടായിരിക്കാം
മറ്റു കാര്യങ്ങൾ-
ശരത്ക്കാലവേളയിൽ
നഷ്ടമായ് തീർന്ന കുതിരയെല്ലാം
സംസാരിച്ചേക്കാ-
മവയെല്ലാം നിന്നുടെ
ശബ്ദസൗന്ദര്യത്തിലായിരിക്കാം.

അല്ലെങ്കിൽപോലും
നിനക്കു പ്രിയപ്പെട്ട-
തെല്ലാമതിസൂക്ഷ്മമായിരിക്കും
ഏറെ പുരാതന-
കാലത്തിടയന്മാർ
കോരി നിറയ്ക്കുന്ന തേനിനെപ്പോൽ
സ്നേഹമതിന്റെ
പടുകൂറ്റൻ വീപ്പക-
ളാകെ നിറയ്ക്കും തുളുമ്പി നില്ക്കും.

പിന്നെയെന്നുള്ളിൽ,
പൊടിപടലങ്ങൾത-
ന്നുള്ളി, ലടിഞ്ഞുകുമിഞ്ഞു കൂടും
ഒന്നല്ലൊരായിരം
കാര്യങ്ങൾ നീയതി-
ലൊന്നായി മത്തങ്ങകൾക്കിടയിൽ
വന്നണയും പിന്നെ
വന്നതുമാതിരി
എന്നോമലേ, നീ തിരിച്ചുപോകും. ■

നൂറ്

ഈ നല്ല ഭൂവിൻ
നടുക്കുള്ള പച്ച-
ക്കല്ലൊക്കെ ഞാൻ
തള്ളിമാറ്റിവെയ്ക്കുന്നു
ആകയാൽ കാണാൻ
കഴിയുന്നു നിന്നെ
നീയോ സ്റ്റെനോഗ്രാഫർ
എന്ന കണക്കെ
ഏതോ പയോധര-
തൂലികയേന്തി
ചേതോഹരാംഗി
നീ നില്പാണരികെ
ഈ സസ്യജാല-
ഹരിതവസന്തം
നീ ഭംഗിയായി
പകർത്തുന്നു ധന്യേ!

ഹാ! എന്തു ലോകം
തുളച്ചു കയറു-
മെന്തു സുഗന്ധം!
മധുരാർണവത്തിൽ
പൂന്തോണിയേറി-
ഗ്ഗമിക്കുന്ന നമ്മൾ
പുഷ്യരാഗോജ്ജ്വല-
രത്നങ്ങളാകാം

ഇല്ലില്ല തമ്മിൽ
കലഹങ്ങൾ, മേലി-
ലില്ലപശബ്ദം
മണിമുഴക്കത്തിൽ.

ആപ്പിൾ വഹിച്ചു
പിന്നെത്തുമിക്കാറ്റിൽ
ആപാദസംശുദ്ധ-
വായുവല്ലാതെ
ഇല്ലില്ല മറ്റൊന്നു,
മിക്കാടകത്തിൽ
എല്ലാം കഴമ്പുള്ള
ഗ്രന്ഥങ്ങൾമാത്രം!

ജേതാവിനായുള്ള
ചുംബനം നേടാൻ
ഏതോ പരമ-
പഥങ്ങളിലെത്താൻ
നമ്മൾക്കു നമ്മെ-
യൊരുക്കാം, ധരിക്കാം
ചെമ്മാർന്ന വസ്ത്രം
തയ്യാറായിരിക്കാം
എങ്ങു കാർനേഷൻ
ശ്വസിക്കുന്നതാവോ
അങ്ങു നിന്നാവാം
തുടക്കം; തുടങ്ങാം. ■

ജനതയുടെ വിയർപ്പും കണ്ണുനീരും

എസ്. രമേശൻ

വിശ്വമഹാകവി പാബ്ലോ നെരൂദയുടെ നൂറ് പ്രണയഗീതകങ്ങൾ മലയാളത്തിലേക്ക് മൊഴിമാറ്റം ചെയ്തിരിക്കുകയാണ് ശ്രീ. ഇ.കെ. ശിവരാജൻ. ഇരുപതാം നൂറ്റാണ്ട് കണ്ട ഏറ്റവും മികച്ച കാവ്യാനുഭവമായിരുന്നു പാബ്ലോ നെരൂദയെന്ന് നാമറിയുന്നു. പ്രക്ഷുബ്ധമായ സാമ്രാജ്യത്വഭീകരാന്തരീക്ഷത്തിൽ ജനതയുടെ വിയർപ്പും കണ്ണുനീരുമണിഞ്ഞ് നെരൂദ പാടിയത് ഇന്നും ലോകം ഏറ്റുപാടിക്കൊണ്ടിരിക്കുന്നു. പ്രണയത്തിനും പ്രണയഗീതകങ്ങൾക്കും വിപ്ലവപ്രവർത്തനവുമായി ഹൃദയബന്ധമുണ്ടെന്നറിഞ്ഞ അപൂർവം കവികളിൽ എന്തുകൊണ്ടും ശ്രദ്ധേയനാണ് നോബൽ സമ്മാനജേതാവ് കൂടിയായ പാബ്ലോ നെരൂദ. ആ കവിതകളുടെ ലാവണ്യവും ഗൗരവവും ഒട്ടും ചോരാതെ വൃത്തനിബദ്ധമായ ശീലുകളിലൂടെ മലയാളഭാഷയ്ക്ക് സമ്മാനിച്ചിരിക്കുകയാണ് ശ്രീ. ശിവരാജൻ.

വിവർത്തനത്തിലൂടെ നഷ്ടപ്പെടുന്നതെന്തോ അതാണ് കവിതയെന്ന വിമർശനത്തെ വെല്ലുവിളിച്ചുകൊണ്ട് തന്റെ ജീവിതത്തിന്റെ നല്ലൊരു കാലമുപയോഗിച്ച് ശ്രീ. ശിവരാജൻ നിർവഹിച്ചിരിക്കുന്നത് തികച്ചും അസാധ്യമായ ഒരു കാര്യമാണ്. ഹൃദയംകൊണ്ടും ആത്മാവുകൊണ്ടും വായിച്ചെടുത്താലും ചോർന്നുപോകാനിടയില്ലാത്ത ഒരു ഇതിഹാസകവിയുടെ ലോലവും സമൃദ്ധവുമായ പ്രണയകവിതകൾ അവയുടെ ചൈതന്യശോഭയോടെ കവിക്കന്യമായ ഒരു ഭാഷയിലേക്ക് മൊഴിമാറ്റം നടത്തുക എന്ന ഭഗീരഥപ്രയത്നത്തിന് ശ്രീ. ഇ.കെ. ശിവരാജനോട് മലയാളഭാഷ കടപ്പെട്ടിരിക്കുന്നു.

സൗന്ദര്യസ്ഫോടനമാണ് നെരൂദയുടെ കവിതകളിൽ സംഭവിക്കുന്നതെന്ന് പൊതുവേ പറയാറുണ്ട്. അവ അനന്ത വൈവിധ്യത്തിന്റെ പൊട്ടിച്ചിതറലാണ്. പാടിപ്പതിഞ്ഞ കാല്പനികതയുടെ ലാസ്യനൃത്തമല്ല. ഇരുപതാം ശതകത്തെ തന്റെ മാന്ത്രികവിരലുകളാൽ, നെരൂദ, മഞ്ഞപ്പട്ടുടുപ്പിച്ചു. നിറയെ അനന്തവർണമാർന്ന നക്ഷത്രജാലം പതിച്ച കവിതയുടെ പട്ടുടുപ്പ്. ആ കാവ്യവർണങ്ങളുടെ മായികതയിൽ സഹൃദയലോകം ഹർഷപുളകിതരായി നിന്നു. യാതൊരു സൂചനകളുമില്ലാതെ കടന്നുവരുന്ന പെരുമഴപോലെ, നെരൂദയുടെ കിരീടം ചൂടിയ വാക്കുകൾ വസന്തമായി പെയ്യുന്നു. ഓരോ വരിക്കുള്ളിലും മറ്റൊരു വരി, ഓരോ വാക്കിനുള്ളിലും മറ്റൊരു വാക്ക്, അതിനുള്ളിൽ വീണ്ടും വാക്കുകൾ അതിനപ്പുറത്തുള്ള വാക്കുകളുടെ നിഗൂഢസൗന്ദര്യത്തിലേക്ക് ജാലകം തുറക്കുന്നു.

പായ്മരക്കപ്പലിൽ
സഞ്ചിതമാ നറും-
പേരിന്റെ ചാനലിൽ-
ക്കൂടിയാണെപ്പൊഴും.
നിന്റെ സൽപ്പേരിന്റെ
സിന്ധുവിലൂടെന്റെ
കപ്പലോടിക്കുവാൻ
സമ്മതിച്ചീടുക.

ആദ്യകവിത മലയാളത്തിലേക്ക് മൊഴിമാറ്റം ചെയ്തപ്പോൾ ശ്രീ. ശിവരാജൻ പുലർത്തുന്ന വൈദഗ്ദ്ധ്യം ഈ വരികളിൽത്തന്നെ പ്രതിഫലിക്കുന്നു. ഈ സമാഹാരത്തിലെ നൂറ് കവിതകളും ഒന്നിനൊന്ന് വ്യത്യസ്തമായിരിക്കുവാൻ കവി ശ്രമിച്ചതുപോലെ, മൊഴിമാറ്റത്തിലും ശ്രീ. ശിവരാജൻ ശ്രദ്ധിച്ചിരിക്കുന്നു, വിജയിച്ചിരിക്കുന്നു.

1973 സെപ്തംബർ 23ന് വൈകുന്നേരം സാന്റിയാഗോവിലെ സാന്റാ മറിയാ ക്ലിനിക്കിൽ ഹൃദയാഘാതംമൂലം നെരൂദ മരണമടഞ്ഞു. അക്ഷരവിരോധിയായ പിനോഷെ, നെരൂദയുടെ വീട് പൂർണമായും തകർക്കുകയും കവിതകളും പുസ്തകങ്ങളുമെല്ലാം നശിപ്പിക്കുകയും ചെയ്തു. നെരൂദയുടെ മരണത്തിന് കൃത്യം പന്ത്രണ്ട് ദിവസം മുന്നേയാണ് മൊനീസ് കൊട്ടാരം തകർത്തുകൊണ്ട് പിനോഷെയും മറ്റ് ജനറൽമാരും കൂടി സാൽവദോർ അലൻഡെ

എന്ന കമ്യൂണിസ്റ്റായ ഭരണാധികാരിയെ വധിച്ചത്. നെരൂദയുടെ കാമിനിയായ മെറ്റിൽഡ ഉറേഷ്യ, അവർക്കാണ് ഈ കവിതകളത്രയും സമർപ്പിക്കപ്പെട്ടിരിക്കുന്നത്. അദ്ദേഹത്തിന്റെ ഓർമകളെല്ലാം പെറുക്കിക്കൂട്ടി സമാഹരിച്ച My Life with Pablo Neruda എന്ന അവരുടെ ഗ്രന്ഥം നെരൂദയുമൊത്തുള്ള അവരുടെ ജീവിതത്തിന്റെ ബാക്കിപത്രമാണ്.

ശ്രീ. ശിവരാജൻ വിവർത്തനം ചെയ്ത നെരൂദയുടെ നൂറ് പ്രണയഗീതകങ്ങൾ നെരൂദയെയും അദ്ദേഹത്തിന്റെ പ്രണയിനിയായ മെറ്റിൽഡയേയും അനശ്വരരാക്കി മലയാളഭാഷയ്ക്ക് നൽകിയതിന് നാം അദ്ദേഹത്തിന് നന്ദി പറയുക.

■

ആദ്യപാദസൂചി

25.	നിന്നെ ഞാൻ	Before I loved you,
26.	'ഇകിക്യു'വിന്റെ പേടിപ്പെടുത്തും	Neither the color of Iquique's
27.	നിന്റെ നഗ്നതയെന്തനാർഭാട	Naked, you are simple
28.	വിത്തിൽനിന്നും വിത്തിലേക്കും	Love, from seed to seed,
29.	അന്നത്തെ ദൈവങ്ങൾ	You come from poverty,
30.	നിന്റെ നിബിഡകാർകുന്തളം	You have the thick hair
31.	എന്റെയസ്ഥിക്കുള്ളിൽ വാഴും	Little queen of my bones,
32.	ഇപ്രഭാതത്തിലാ വീട്	The house this morning
33.	ഓമലാളേ, നമ്മളിപ്പോൾ	Love, we're going home now,
34.	നീയാണ് കടലിൻ പുത്രി	You are the daughter of the sea,
35.	പകലിലേയ്ക്കെന്റെ	Your hand flew from
36.	എൻ കരളേ, മധുകോശം	My heart, queen of the beehive
37.	ഓ, പ്രിയേ, യുൾഭ്രമമാർന്ന	O love, O crazy sunbeam
38.	നിന്റെ വീടിന്റെയാരവ	Your house sounds
39.	വാടിക്കരിഞ്ഞാകെ	But I forgot that
40.	ഹരിതവരവർണ്ണമനന്തനിശ്ശബ്ദത	It was green, the silence;
41.	വ്യതിരിക്തമായ കൊടിയ	January rough times,
42.	ദീപ്തിമത്താം ദിനങ്ങൾ	Radiant days
43.	വേഗത്തിലോളമടിച്ചിടുന്ന	I hunt for a sign of you
44.	നീയൊന്നറിയണം	You must know that
45.	ദൂരെദൂരെയ്ക്കൊരു ദിനം	Don't go far off,
46.	ഞാൻ പ്രശംസിച്ചിടും	Of all the stars I admired,
47.	ഇന്നു പിൻതിരിഞ്ഞൊന്നു	I want to look back
48.	രണ്ടു കമിതാക്കൾ ഒപ്പം	Two happy lovers
49.	നിദ്രകൊണ്ടിടുന്ന കണ്ണിലൂടെ,	It's today:
50.	പറയുന്നു 'കോട്ടാപ്പോസ്'	Cotopos says
51.	മിന്നൽപിണരാൽ പിളർന്ന	Your laugh: it reminds me
52.	പാടിടുന്നു നീ,	Your sing, and your voice
53.	ആണിനും പെണ്ണിനും	Here are the bread
54.	ജാജ്വല്യമന, സ്സ്വാത്ത	Luminous mind,
55.	കുപ്പിച്ചില്ലുക, ളസുഖം,	Thorns, shattered glass,
56.	എന്റെ പിന്നിൽ നിഴലു ഞാൻ	Get used to seeing the shadow
57.	നുണയൻമാരാണവർ,	They're liars,

58.	തെരുവുക, ളതിൻ തിരിവും	Among the broadswords
59.	പാവം കവികൾ,	Poor unlucky poets:
60.	എന്നെ ദണ്ഡിക്കാനവർ	Those who wanted to wound me
61.	പ്രണയം നമ്മളെയതിന്റെ	Love dragged its tail of pain,
62.	ആധിയാണു ഞാ, നോമലേ,	Woe is me,
63.	കടലിലേക്കൊരു പനീരലരു	I walked:
64.	ഇത്രയേറെ പ്രണയത്താൽ	My life was tinted purple
65.	മെറ്റിൽഡ, യെങ്ങാണ് നീ?	Matilde, where are you?
66.	നിന്നെ ഞാൻ സ്നേഹിപ്പതില്ല	I do not love you
67.	തെക്കുതെക്കുള്ള ദിക്കിൽ	The great rain from the South
68.	തടിയിൽ തീർത്തൊരു	The girl made of wood
69.	സ്നിഗ്ദ്ധമാം ശിലതന്നിലും	Maybe nothingness is to be
70.	നിൻ ജീവിതത്തിൻ	Maybe - though I do not bleed
71.	പ്രണയമതിന്റെ ദ്വീപുകൾ	Love crosses its islands,
72.	ഹേമന്തം മന്ദം മന്ദം	My love, winter returns
73.	ഓമലേ, നീയിന്നോർമ്മിച്ചേക്കാം	Maybe you'll remember
74.	ആഗസ്റ്റിലെ പെരുവെള്ളം	Wet with the waters of August,
75.	ഇങ്ങാണ് വീട്,	Here are the house,
76.	ഒരു കരടിതൻ	With the patience of a bear,
77.	ഇന്നെന്നാലിന്നാണ്	Today is today,
78.	ഇ, ല്ലെനിക്കി, ല്ലൊരിക്കലുമില്ല,	I have no never - again,
79.	നിൻ ഹൃദയത്തെ രാത്രിയിൽ	By night, Love,
80.	കഴിഞ്ഞെന്റെ യാത്ര,	My love, I returned from travel
81.	ഇന്നു നീയെന്റേതാ, ണെന്റെ	And now you're mine.
82.	നമ്മളി രാത്രിതൻ കതകടയ്ക്കേ	As we close this nocturnal door,
83.	പ്രിയേ, രാത്രി നിന്നെ	It's good to feel you
84.	ഒരു വട്ടംകൂടി	Once again,
85.	അവ്യക്തമായ മൂടൽമഞ്ഞാകെ	The vague fog
86.	തെക്കൻപ്രദേശക്കുരിശോ	O Southern Cross,
87.	കടലിലെ കിളി മൂന്ന്,	Three birds of the sea,
88.	മാർച്ചതിന്റെ രഹസ്യവെട്ടവുമായ്	March returns with its secretive light
89.	മരണനേരത്തെൻ മിഴികളിൽ	When I die,
90.	മരിച്ചിടുന്നോ	I thought I was dying

91. ചാറ്റൽമഴപോൽ	Age covers us like drizzle;
92. ഓമലേ, നീ മരിക്കുന്നതില്ല	My love, if I die and you don’t
93. ഏകദാ പ്രിയേ, നിന്റെ	If some time your breast pauses,
94. ഞാൻ മരിച്ചീടുകിൽ	If I die,
95. ഇമ്മന്നിൽ ആരു പ്രേമിച്ചു	Whoever loved as we did?
96. നിനച്ചിടുന്നു ഞാൻ	I think this time
97. ഈ ദിവസങ്ങളിലൊരുവനു	These days, one must fly
98. ഓരായിരം കരങ്ങളിലമരുമിപ്പത്രം	And this word, this paper
99. ഭൂരുഹവല്ലികൾ,	Other days will come
100. ഈ നല്ല ഭൂവിൻ നടുക്കുള്ള	In the center of the earth

www.ingramcontent.com/pod-product-compliance
Lightning Source LLC
LaVergne TN
LVHW090326051026
849518LV00005B/1901